தமிழகத்தில் சாதிகள்

(சாதிக்கலப்பும் புதிய சாதிகள் உருவாக்கமும்)

முனைவர் தீ.ஹேமமாலினி

தடாகம்

தமிழகத்தில் சாதிகள் (சாதிக்கலப்பும் புதிய சாதிகள் உருவாக்கமும்)

- ஆசிரியர்: முனைவர் தி. ஹேமமாலினி
- முதற்பதிப்பு: நவம்பர் 2021 ◆ அட்டை ஓவியம்: மணிவண்ணன்
- அட்டை வடிவமைப்பு: வெ. பாலாஜி ◆ பக்க வடிவமைப்பு: கி. ஆஷா

Book Name & Author Name: *Tamizhagathil sathikal* - a collection of essays by Dr. D. Hemamalini

© Dr. D. Hemamalini

Published by:

THADAGAM
No.112, First Floor, Thiruvalluvar Salai
Thiruvanmiyur, Chennai 600041
Mob: +91-98400-70870
www.thadagam.com | info@thadagam.com

ISBN: 978-81-952688-2-5

Published on November 2021

Price: ₹ 150

ஆசிரியரைப் பற்றி

இந்நூலின் ஆசிரியரான ஹேமமாலினி இளநிலை பட்டப் படிப்பை வரலாற்றுத் துறையிலும், முதுநிலை பட்டப்படிப்பை சென்னைப் பல்கலைக்கழகத்தில் மானுடவியல் துறையிலும், அதோடு முதுகலை பட்டப்படிப்பை சமூகவியல் துறையிலும் பயின்றுள்ளார். மேலும், புதுச்சேரியில் உள்ள புதுச்சேரி மொழியியல் பண்பாட்டு ஆராய்ச்சி நிறுவனத்தில் பேராசிரியர் பக்தவத்சல பாரதி அவர்களின் வழிகாட்டுதலின்கீழ் மானுடவியல் துறையில் முனைவர் பட்டம் பெற்றிருக்கிறார். தமிழகத்தில் உள்ள பல்வேறு பழங்குடிகளையும் சாதிகளையும் பற்றி ஆய்வுசெய்து வருகிறார்.

சாதி, பழங்குடி, பெண்கள் பற்றி பத்துக்கும் மேற்பட்ட கட்டுரைகளை எழுதி வெளியிட்டுள்ளார். பழங்குடியினர் மத்தியில் தொடர்ந்து களப்பணி ஆற்றி வருகிறார்.

அறிமுகம்

இன்றைய சமூக உருவாக்கம் திடீரென்று தோன்றிய ஒன்றல்ல. அது பண்பாட்டுப் படிமலர்ச்சியாலும், காலந்தோறும் இடம்பெற்று வந்த சமூக அசைவியக்கம், சமூக இடைவினை, சமூகக் கலப்புக்களின் வழியே பெற்றவையாகும். இந்நிலையில் தமிழ்ச் சமூக உருவாக்கத்தில் சாதியக் கலப்பும் அவற்றின் வழியேயான புதிய சாதியப் பிரிவுகளின் உருவாக்கமும், தமிழ்ச் சமூக விரிவாக்கத்தில் கணிசமான பங்கினைப் பெறுகின்றன. சாதிகள் தொடர்பான கருத்து நிலை தூய்மை - தூய்மையின்மை எனும் இந்து சமயக் கருத்து நிலையுடன் நெருங்கிய தொடர்பினைக் கொண்டிருக்கிறது. இதனால் சாதியத் தனித்துவம் அகமணக் கட்டுப்பாட்டினால் பேணப்பட்டு வந்துள்ளது. இதனால் சாதியக் கலப்பு இடம்பெறும்போது அங்குச் சமூகரீதியாகத் தனிமைப்படுத்துதல் என்பது தமிழ்ச் சமூகத்தில் பொதுவான ஒரு செயல்பாடாக இருந்து வந்துள்ளது. இவை புதிய சாதியச் சமூகங்களின் உருவாக்கத்திற்கு அடிப்படையாயின எனலாம்.

தமிழ்ச் சமூகமானது இயற்கையிலேயே இனத்தாலும், மொழியாலும், பண்பாட்டாலும் நீண்ட நெடிய தொடர்ச்சியான வரலாற்றைக் கொண்ட சமூகமாக உள்ளது. குறிப்பாக தென்னிந்தியச் சூழலில் வாழ்ந்த தொல்குடிகளின் சமூகமானது நீண்ட அறுபடாத தொடர்ச்சி கொண்ட சமூகமாக இருந்துள்ளது. இவ்வகையான குடிச் சமூகமானது கூட்டுச் சமூகமாகவும், கொண்டு கொடுத்துக் கலப்பு மரபாகவும், தனக்கெனத் தனித்த மரபின் மிச்ச சொச்சங்களையும் தாங்கி வந்துள்ள ஒரு மரபாகவும் உள்ளது. இவ்வகையான சமூகத்தில் கலப்புத் தன்மை ஒரு வலைப்பின்னல்போல் பண்பாட்டுத் தளங்கள் வழியே இயங்கியுள்ளது. இவ்வகையான வலைத்தளத்தில் திருமணம் என்னும் நிகழ்வும் கொண்டுகொடுக்கும் மரபாக காலந்தோறும் நடைபெற்றுள்ளது.

அணிந்துரை

இந்த நூலின் ஆசிரியர் முனைவர் தீ. ஹேமமாலினி சென்னைப் பல்கலைக்கழகத்தில் முதுகலை மானுடவியல் பயின்றவர். முனைவர் பட்டத்தை புதுச்சேரி மொழியியல் பண்பாட்டு ஆராய்ச்சி நிறுவனத்தில் மேற்கொண்டவர். முதுகலையில் ஆங்கிலவழியில் பயின்று இருந்தாலும் முனைவர் பட்ட ஆய்வைத் தமிழில் செய்ய வேண்டுமென்ற தமிழியக் கொள்கையுடன் என்னிடம் அறிமுகமானார்.

இத்தகு சிந்தனையும் செயற்பாடும் கொண்டிருந்த அவரிடம் முனைவர் பட்ட ஆய்வுக்கு ஒரு சவாலான தலைப்பினைப் பரிந்துரை செய்தேன். 'தமிழ்ச் சமூக உருவாக்கத்தில் சாதிக்கலப்பும் புதிய சாதிகளின் உருவாக்கமும்: சாதிகளின் தோற்றத் தொன்மங்களை முன் வைத்த மானுடவியல் ஆய்வு' என்பதே அந்தத் தலைப்பு. இந்தத் தலைப்பை ஏற்றுக்கொண்டு ஆய்வுசெய்து முனைவர் பட்டம் பெற்றார். இந்த நூல் ஹேமமாலினிக்கு முதல் நூல். ஒரு நெடும் பயணத்தின் தொடக்கத்தில் நான் சில வரிகளைப் பதிவிட வேண்டிய குரு - மாணவர் கையளிப்பு.

தன்னுடைய முனைவர் பட்ட ஆய்வில் மூன்றில் ஒரு பகுதியைச் சுருக்கி நூலாக்கம் செய்துள்ளார். முழுமையான ஆய்வேடு ஒரே நூலாக வந்திருக்குமானால் ஒரு விரிவான பரிமாணம் கிடைத்திருக்கும். சாதிகளின் தோற்றமும் வளர்ச்சியும் பற்றி ஏராளமான பதிவுகளும் ஆய்வுகளும் நமக்குக் கிடைக்கின்றன. ஆனாலும், சாதிகளின் உருவாக்கம் பற்றிய அகவயக் குரல்கள் (சாதிப் புராணங்கள்) நமது விசாரணையின் முதல் தகவல் அறிக்கையாக இடம்பெற வேண்டும். சாதிக் கலப்பால் புதிய சாதிகள் பல உருவாகியுள்ளன.

வரலாற்றில் நேர்க்கோட்டு விசாரணை மட்டுமே நுண்ணாய்வுக்குத் தடயங்களைக் காட்டாது. வரலாறு வலைப்பின்னலாகக் காட்சியளிக்கிறது. இந்த வலைப்பின்னலில் வளைந்து நெளிந்து எல்லா வழிகளிலும் பயணிக்க வேண்டும். டி.டி. கோசாம்பி, ரொமிலா தாப்பர், ஹபீப், ஹாப்ஸ்பாம் போன்றவர்களின் தடங்கள் நமக்கு அவசியமானவை.

வரலாறு நெடுக சாதிகள் எவ்வாறெல்லாம் விரிவடைந்து பெருகி யுள்ளன என்பது இந்தியாவில் ஒவ்வொரு பண்பாட்டுப் பரப்பிலும் பரிசீலிக்கப்பட வேண்டும். விவசாய நாகரிகத்தின் வளர்ச்சியோடு இதற்கு நேர் உறவுண்டு. சாதிகளின் தோற்றத் தொன்மங்கள் (origin myths) சில முன்மொழிவுகளைக் காட்டுகின்றன. அனைத்துத் தொன் மங்களையும் ஒப்பியல் நிலையில் ஒரு புறமும், அமைப்பியம் (structuralism) சார்ந்து தொடர் உறவுகளையும் (syntagmatic relationship), அடுக்குறவுகளையும் (paradigamatic relationship) மறுபுறமும் வைத்து நுண்ணாய்வு செய்யும்போது சாதிகளின் தோற்றம் பற்றிய நம்முடைய அகவயப் புரிதல் மேலும் விசாலமடையும். சாதிகளின் வட்டாரத்தன்மையும், அவற்றின் தொடர்ச்சி மற்ற வட்டாரங்களில் பிரதிபலிக்கும் தன்மையும் பற்றிய புரிதல் இன்னும் முழுமை பெற வில்லை.

சங்ககாலத்தில் ஒவ்வொரு திணையிலும் 4 - 5 திணைக்குடிகள் நிலைகுடிகளாக வாழ்ந்தனர். ஆக ஐந்து திணைகளிலும் ஏறக்குறைய 20 - 25 நிலைகுடிகளே வாழ்ந்து வந்துள்ளனர். இந்த ஐந்து திணை களிலும் சுற்றித் திரிந்து வாழ்ந்தவர்கள் பாண் சமூகத்தினர். நிலை குடியினருக்குத் தேவையான கலைச்சேவையை அலைகுடிகளாகிய பாண் சமூகத்தினர் செய்தனர். நிலைச் சமூகத்துக்குத் துணைக்குடிச் சமூகமாக இவர்கள் வாழ்ந்தார்கள். இது வீரயுகக் காலத்தின் சமூக உருவாக்கமாகும். பாண் சமூகத்தார் 16 - 18 குடிகளாகக் காணப் பட்டனர். ஆக மொத்தம் 36 - 42 குடிகளாக இருந்த சங்ககாலத் தமிழ்ச் சமூகம், இன்று 209 அகமணச் சமூகங்களாக விரிவு பெற்றுள்ளது. இந்த எண்ணிக்கையோடு 25 நாடோடிச் சமூகங் களையும் சேர்த்துக்கொள்ள வேண்டும் (பக்தவத்சல பாரதி, இன்றைய தமிழ்ச் சமூகம், என்.சி.பி.எச்., 20).

இந்தச் சமூக விரிவாக்கத்தில் அகமணச் சாதிகளின் தோற்றம், வளர்ச்சி, விரிவாக்கம் என்பவை எந்தெந்தக் காலத்தில், எவ்வாறு நிகழ்ந்தன என்பது பற்றிய புரிதல் சமூகவியல் ரீதியாகவும், மானிட வியல் ரீதியாகவும் விசாலமடைய வேண்டும். வரலாறு, கல்வெட் டியல், நாணயவியல், சாசனங்கள், நாட்டார் வழக்காறுகள், மானிட வியல் முதலானவற்றின் துணையோடு மட்டுமே இத்தகு ஆய்வில் சில முன்னீடுகளைக் காண முடியும். முனைவர் ஹேமமாலினி இந்த நூலில் ஆய்வுக் களத்தை அகவய நோக்கில் அடையாளப் படுத்தியிருக்கிறார் என்றாலும் அது நம் கவனத்தைக் கோருவதாக உள்ளது.

ஹேமமாலினி மேன்மேலும் இத்துறையில் ஆழங்காற்பட்ட நுண்ணாய்வுகளில் ஈடுபட வேண்டும். தன்னுடைய எழுத்தில் தொடர்ந்து செறிவும் வளமும் காண வேண்டும். இன்றைய சூழலில் தமிழ் மானிடவியலில் ஈடுபடுவோரைக் காண்பது அரிதாக உள்ளது. அர்ப்பணிப்புடனும் ஆய்வு வேட்கையுடனும் ஈடுபடும் ஆய்வாளர்கள் கண்களில் தென்படவில்லை. தமிழகத்தில் ஹேமமாலினி, ஈழத்தில் சண்முகராசா சிறிகாந்தன் போன்றோர் தொடர்ந்து உழைப்பதற்கு முன் வருவார்கள் என்றால் அவர்களைத் தமிழ்ச் சமூகம் வரவேற்க காத்திருக்கிறது.

தமிழகச் சூழலில் செய்ய வேண்டியவை ஏராளம் இருக்கின்றன. முனைப்பான ஆய்வுகள், தேவையான மொழிபெயர்ப்புகள், காத்திரமான கூட்டு விவாதங்கள், வெளியீடுகள் போன்ற பல்வேறு பணிகளை முன்னெடுக்க வேண்டியுள்ளன. தடம் பதிப்பவர்கள் போற்றப்படுவார்கள். தமிழ்ச் சமூகம் உழைப்பவர்களை உயர்த்தத் தவறியதில்லை. தமிழில் மானுடவியல் புலம் வளர வேண்டும், ஈடுபடுங்கள்.

பக்தவத்சல பாரதி
இயக்குநர்
புதுச்சேரி மொழியியல் பண்பாட்டு
ஆராய்ச்சி நிறுவனம்
புதுச்சேரி

பொருளடக்கம்

	முன்னுரை	13
1.	சாதிக்கலப்பும் கலப்புத் திருமணமும்	15
2.	தமிழ்ச் சமூக உருவாக்கத்தில் சாதிக்கலப்பும் புதிய சாதிகளின் உருவாக்கமும்	17
3.	களப்பிரர் காலம்	20
4.	பல்லவர் காலம்	22
5.	சோழர் காலம்	26
6.	பாண்டியர் காலம்	44
7.	விசயநகரப் பேரரசுக் காலம்	49
8.	ஐரோப்பியர் காலம்	56
9.	புதிய சாதிகளின் உருவாக்கம்	60
10.	சாதிகளின் தோற்றத் தொன்மங்கள்	65
11.	தோற்றத் தொன்மங்கள் குறித்த கூற்றுகள்	87
12.	கலப்புச் சாதிகளின் பெயர்ப்பட்டியல்	90
	பின்னுரை	108
	பின்னிணைப்பு 1	115
	பின்னிணைப்பு 2	116
	பின்னிணைப்பு 3	118
	துணைநூற் பட்டியல்	124

முன்னுரை

பண்டைய தமிழ்ச் சமூகமானது இனம், மொழி, நிலம், பண் பாடு, கலாச்சாரம் என பல்வேறு நீண்ட நெடிய வரலாற்றைக் கொண்டது. ஐந்திணை என்று அழைக்கப்படும் குறிஞ்சி, முல்லை, மருதம், நெய்தல், பாலை ஆகிய பகுதிகளில் வாழ்ந்த மக்கள் தங்களுக்குள் எவ்விதத் திணை வேறுபாடின்றி பண்டமாற்று முறை, திணைக்கலப்பு மணம் போன்றவற்றை எந்தச் சிக்கலும் இன்றி ஒரு திணையில் இருந்து மற்றொரு திணைக்கு மாற்றிக்கொண்டனர். இன்றைய சமூகம்போல் இல்லாமல் அதாவது தீண்டாமை, மேல் சாதி, கீழ்ச்சாதி என்று இல்லாமல் அனைவரும் குடி சமூகமாகவே அறியப்பட்டனர் என்று சங்க இலக்கியப் பாடல்கள் பிரதிபலிக் கின்றன. இவ்வாறு இருந்த சமூகமானது காலப்போக்கில் ஏற்பட்ட தொழில் வளர்ச்சி, ஆரியர் வருகை, அயலவர் படையெடுப்பு, அந்நியர் வருகை... என பல்வேறு சூழலால் தமிழ்ச் சமூகமானது குடி சமூகத்திலிருந்து மெல்லமெல்ல சாதியச் சமூகமாக மாறியது. இந்தச் சாதியமானது எப்படிப் பல்வேறு காலகட்டங்களில் பிரிந்தது, பல்வேறு சாதியாகவும், துணைச் சாதியாகவும் சாதியக் கலப்பாகவும் மாறியது என்பதைப் பற்றி ஆராய்வதே இந்நூலின் நோக்கம்.

தமிழ்ச் சமூகத்தில் சாதியத்தின் தோற்றம் பற்றிய ஆய்வுகள் பல்வேறு அறிஞர்களால் பல்வேறு காலகட்டங்களில் நிகழ்ந்தவாறு உள்ளது. இருந்தபோதிலும் இவ்வாய்வானது மானுடவியல் நோக்கில் மிகவும் குறைவு என்பதாலும் இவ்வாய்வு மானுடவியல் நோக்கில் மேற்கொள்ளப்பட்டுள்ளது. குறிப்பாக இவ்வாய்வு சங்ககாலம் தொடங்கி சமகாலம்வரை நிகழ்ந்த திணைக் கலப்பு மணம், சாதிக் கலப்பு மணம், புதிய சாதிகள் உருவாக்கம் பற்றி பேசுகிறது. ஆனால், நான் தற்போது என் முனைவர் பட்ட ஆய்வின் ஒரு பகுதியை மட்டும் புத்தகமாக வெளியிடுகிறேன். இதன் தலைப்பு ‘சாதிக்கலப்பும் புதிய சாதிகளின் உருவாக்கமும்’ என்பதாகும். இந்தப் பகுதி திணைக் கலப்பு மணம் முதல் பல்வேறு காலங்களில் நிகழ்ந்த கலப்பு மணங்களைப் பற்றி விவரிக்கிறது. அதாவது களப்பிரர் காலம், பல்லவர் காலம்,

சோழர் காலம், பாண்டியர் காலம், விசயநகரப் பேரரசுக் காலம், ஐரோப்பியர் காலம், அயலவர் வருகை... என காலத்தைப் பகுத்து அதன் அடிப்படையில் சாதியின் தோற்றம், வளர்ச்சி, வரலாறு, புதிய சாதிகளின் உருவாக்கம்வரை என்னால் இயன்றவரை ஆய்வு செய்துள்ளேன்.

நான் சென்னைப் பல்கலைக்கழகத்தில் மானுடவியல் துறையில், முதுகலை பயின்றபோது அதை ஒரு நிலையிலும், அதன் பின் முனைவர் பட்டத்திற்கு எனக்கு வாய்ப்பளித்து மானுடவியல் நோக்கில் தமிழ்ச் சமூகத்தை எப்படி ஒப்பிட்டு ஆராய்வது என வழிகாட்டிய மானுடவியல் பேராசிரியர் பக்தவச்சல பாரதி அவர்களுக்கு எனது நன்றிகள் பல. என் முனைவர் பட்ட தலைப்பு 'தமிழ்ச் சமூக உருவாக்கத்தில் சாதிக்கலப்பும் புதிய சாதிகளின் உருவாக்கமும்: சாதிகளின் தோற்றத் தொன்மங்களை மையமிட்ட இனவரைவியல் ஆய்வு'. இந்தத் தலைப்பை முடிவு செய்த பிறகு நேர்காணலில் வந்தவர்கள் உன்னால் இந்தத் தலைப்பை முடிக்க பத்து வருடங்கள் ஆகும். முதலில் இந்தத் தலைப்பை உங்கள் நெறியாளரிடம் சொல்லி தலைப்பை மாற்றுங்கள் என்றனர். ஆனால், என்னுடைய நெறியாளர், அவர்களிடம் இந்தத் தலைப்பை என்னுடைய மாணவி விரைவில் முடித்துவிடுவார்கள் என்று கூறியதோடு என்னைத் தொடர்ந்து ஊக்கப்படுத்தினார். இறுதியில் என் ஆய் வேட்டை செம்மையாக முடித்ததோடு, முனைவர் பட்டமும் பெற்றேன்.

எனது ஆய்விற்கும், தொடர்ச்சியான செயல்பாடுகளுக்கும் உறு துணையாகவும் பக்கபலமாகவும் இருக்கும் எனது பேராசிரியர்கள், சக ஆய்வாளர்கள், இந்தப் புத்தகத்தை வெளியிடும் தடாகம் பதிப்பகப் பதிப்பாளர் திரு. அமுதரசன் பால்ராஜ் அவர்களுக்கு, இப்புத்தகத்தை அழகாக வடிவமைத்த திருமதி ஆஷா அவர்களுக்கு, நண்பர்கள், என் கணவர் சிவா மற்றும் குடும்பத்தினர் யாவருக்கும் நன்றியும் அன்பும்.

- முனைவர் தீ.ஹேமமாலினி
hemaanthro@gmail.com

1. சாதிக்கலப்பும் கலப்புத் திருமணமும்

திருமணம் என்கிற நிகழ்வு ஒரே நேர்க்கோட்டில் அமையாமல் பல முறைகளில் நிகழ்ந்துள்ளது. தமிழ்ச் சமூகத்தைப் பொறுத்த வரையில் திருமணமானது திணைச் சமூகத்தில், களவு வழிமுறையில் நடைபெற்றதைச் சங்க இலக்கியக் குறிப்புகள் மூலம் காணமுடிகிறது. காலப்போக்கில் இவ்வகைத் திருமணமானது கற்பு வழிமுறையாக மாற்றமடைந்து அகமணமுறைக்குள் திருமணம் நடைபெற்றது. அக மணம் இறுக்கம் அடைந்தபோது ஒவ்வொரு சாதியும் அந்தந்தச் சாதிக்குள் மட்டுமே பெண் கொடுத்து, பெண் எடுக்கும் முறை யையும் பின்பற்றியது. இவை ஒருபுறம் இருக்க மற்றொருபுறம் சாதிக்கு வெளியே கலப்புத் திருமணம் நடைபெற்றது. இவ்வகை யானவர்களுக்குப் பிறக்கும் குழந்தைகள் சமுதாயத்திலிருந்து ஒதுக்கி வைக்கப்பட்டு அக்குழு புதிய சாதியாகவும் உருவாகியது.

இனக்கலப்பு

உலகச் சமூக வரலாற்றில் சாதியக் கலப்பிற்கு முன்னரே இனக் கலப்பு நிகழ்ந்துள்ளது. பண்பாட்டுப் பிரதேசங்களுக்கிடையில் நிகழ்ந்த தொடர் படையெடுப்பாலும் பண்பாட்டுப் பகுதிகளின் எல்லைகள் சுருங்கியும், விரிந்தும் ஒன்றின் மேல் மற்றொன்று ஊடுருவியும், படிந்தும் வினைபுரிந்ததால் தனித்த பண்பாடுகளுக் கிடையில் ஒரு வகையான கலப்புத்தன்மையும், கூட்டுத்தன்மையும், பொதுத்தன்மையும் ஏற்படலாயின. இதனால் சமூகப் பண்பாட்டுத் தளங்களில் கலப்பும் மாற்றமும் நிகழ்ந்துள்ளன. இவ்வகையான சமூகப் பண்பாட்டுத் தளத்தில் தொடர்ந்து கலப்பு நிகழும்போது மனித இனக்கலப்பும் ஏற்படலாயின (பக்தவத்சல பாரதி 2008: 10).

இனக்கலப்பு இயற்கையிலேயே தவிர்க்க முடியாத ஒன்று. ஒரு பகுதியில் வாழும் மனிதன் தன்னுடைய தேவையை நிறைவு செய்துகொள்ள மற்றொரு பகுதிக்கு இடம்பெயரும்போதோ

அல்லது படையெடுக்கும்போதோ இனக்கலப்பு ஏற்படுகின்றது. இந்நிலையில் ஓர் இனம் மற்றோர் இனத்தோடு கலக்கும்போது புதிய இனம் தோன்றுவது இயல்பேயாகும். இவ்வகையான இனக் கலப்பு தமிழ்ச் சமூக உருவாக்கத்தில் எவ்வாறு ஏற்பட்டது என்பதை வரலாற்று ரீதியாக ஆராய்வது தேவையானதாகும். இந்தியப் பண் பாட்டுப் பெருநிலப்பரப்பில் சாதியக் கலப்புடன் இணைந்த நிலையில் இனக்கலப்பு நிகழ்ந்துள்ளமை முதன்மையான விடயமாகும். ஏனெ னில் இந்தியச் சாதிய உருவாக்கத்தில் இன ரீதியான வகைப் பாடு முக்கியமான இடத்தினை வகிக்கின்றது. ஆரம்ப காலத்தில் இந்தியாவில் நுழைந்த ஆரியர்கள் இன ரீதியாகத் திராவிடர்களைத் தஸ்யுக்கள் என்று சமூகப் படிநிலைப்படுத்தியமை இங்கு கவனிக்கத் தக்கது.

2. தமிழ்ச் சமூக உருவாக்கத்தில் சாதிக்கலப்பும் புதிய சாதிகளின் உருவாக்கமும்

தமிழ்ச் சமூக உருவாக்கத்தில் இனக்கலப்பு, சாதிக்கலப்பு, புதிய சாதிகளின் உருவாக்கம் பற்றிச் சங்ககாலம், களப்பிரர் காலம், பல்லவர் காலம், சோழர் காலம், பாண்டியர் காலம், விசயநகரப் பேரரசுக் காலம், ஆங்கிலேயர் காலம் என வரலாற்றுக் காலக் கட்டங்களை அடிப்படையாக கொண்டு ஆராய வேண்டும்.

சங்ககாலத்தில் திணைக்கலப்பு மணம்

சங்க இலக்கியங்களில் திணைக்கலப்பு நடைபெற்றுள்ளதைச் சங்க இலக்கியப் பாடல்கள் எடுத்துரைக்கின்றன. ஒரு திணையில் உள்ளவர் மற்ற திணையில் திருமணம் செய்ய எந்த ஒரு தடையு மில்லை என்பதைச் சங்க இலக்கியப் பாடல்கள் பிரதிபலிக்கின்றன.

மருத நிலத்தைச் சேர்ந்த தலைமகனும், நெய்தல் நிலத்தைச் சேர்ந்த தலைமகளும் களவு வாழ்வில் ஈடுபட்டதாகக் கீழ்வரும் நற்றிணைப் பாடல் இருவேறு நிலத்தினரிடையே நிகழ்ந்த திருமண உறவை வெளிப்படுத்துவதாக உள்ளது.

“இவளே கானல் நண்ணிய காமர் சிறுகுடி
நீல் நிறப் பெருங்கடல் கலங்க உள்புக்கு
மீன் எறி பரதவர் மகளே நீயே
நெடுங் கொடி நுடங்கும் நியம மூதூர்க்
கடுந்தேர்ச் செல்வன் காதல் மகனே
நிணச் சுறா அறுத்த உணக்கல் வேண்டி
இனப் புள் ஓப்பும் எமக்கு நலன் எவனோ
புலவு நாறுதும் செல நின்றீமோ
பெரு நீர் விளையுள் எம் சிறு நல் வாழ்க்கை
நும்மொடு புரைவதோ அன்றே
எம்மனோரில் செம்மலும் உடைத்தே” **(நற்.45)**

என்ற பாடலின் வழி தலைவன் தேரினை உடைய பெருங்குடி செல்வனின் மகனாகக் காணப்படுகிறான் என்பதையும் தலைவி மீன்பிடித்தலைத் தொழிலாக உடைய பரதவர் மகளாகக் காணப் படுகிறாள் என்பதையும் அறியமுடிகிறது. ஆகவே இவ்விரு வரிடையே நடைபெற்ற திருமணம் கலப்புத் திருமணம் என்பது உறுதியாகிறது.

தலைவனும் தலைவியும் வெவ்வேறு நிலத்தவர்கள். இத்திணைக் கலப்பு மணத்தை (interregional marriage) வட்டாரப் புறமணத் திற்குச் சான்றாகக் கொள்ளலாம்.

"இதற்கிது மாண்ட தென்னா ததற்பட்டு
ஆண்டொழிய தன்றே" (குறுந்.184:3-4)

என்ற பாடல் குலத்தகுதி பார்க்காமல் காதல் ஏற்பட்டதைக் குறிப் பிடுகிறது.

"நில்லாது கழிந்த கல்லென் கடுந்தேர்
யான் கண்டனனோ இலனே" (குறுந்.311.3-4)

என்னும் குறுந்தொகைப் பாடல் நெய்தல் நிலத் தலைவியிடம் வேறு நிலத்தைச் சார்ந்த செல்வந்தன் காதல் கொண்டதை உணர்த்துகிறது.

இது போன்ற செய்தியினை அகநானூறு 390ஆம் பாடல் உணர்த்து கிறது. நெல்லுக்கு உப்பு விற்கும் நெய்தல் தலைவியிடம் மருதத் தலைவன் தன் காதலை வெளிப்படுத்தும் நிலையைக் காண முடிகிறது.

"நெல்லும் உப்பும் நேரே:ஊரிர்!
கொள்ளீரோ எனச் சேரிதொறும் நுவலும்
அவ்வாங்கு உந்தி அமைத் தோளாய்! நின்
மெய்வாழ் உப்பின் விலை எய்யாம் எனச்
சிறிய விலங்கினமாக பெரியதன்
அரிவேய் உண்கண் அமர்த்தனள் நோக்கி
யாரிரோ எம் விலங்கி யீஇரென" (அகம். 390:8-14)

களர் நிலத்தில் கிடக்கும் உப்பினது விலையைக் கூறிக்கொண்டு உமணர்கள் நீண்ட தூரம் செல்கின்றனர். உமணர் மகளும் உடன் செல்வாள். அவள் வளைந்து சுருண்ட கூந்தலை உடையவள். தழையாடை அசைய அசைந்து நடக்கக் கூடியவள். "ஊர் மக்களே! நெல்லும் உப்பும் ஒரே விலையாகும். வாங்கிக் கொள்வீராக" என்று

சேரிதோறும் கூறி விற்கிறாள். அவளின் மகிழ்ச்சியைப் பார்த்துத் தலைவன் காதல் கொள்கிறான். உப்பிற்கு விலை கூறிவிட்டாய். உன் உடலிலுள்ள இன்பத்திற்கான விலையினை யாம் அறிந்தவர்கள் இல்லை என்று கூறித் தடுக்கிறான். இவ்வாறு உமணர் மகளும் மருத நிலத் தலைவனும் நெஞ்சம் பரிமாறப்பட்டுக் காதல் வயப் படுகின்றனர். இவ்வாறு வேற்று நிலத் தலைவனும் தலைவியும் மணம் செய்துகொண்டதிலிருந்து சங்ககாலத்தில் திணைக்கலப்பு மணம் இருந்ததை அறியமுடிகிறது. இவற்றிலிருந்து சங்க இலக் கியத்தில் நிகழ்ந்த திணைக்கலப்பு மணத்திற்கு எதிர்ப்பும் தடையு மில்லை என்பதை அறியமுடிகிறது (தேன்மொழி 2014: 65).

3. களப்பிரர் காலம்

சங்ககாலத்திற்குப் பிறகு களப்பிரர்களின் ஆட்சி கி.பி.550வரை நடைபெற்றுள்ளது. இவர்களின் காலத்தை இருண்ட காலம் என்றே அழைப்பர். இவர்களின் ஆட்சியில்தான் சிலப்பதிகாரம், மணி மேகலை, திருக்குறள் உள்ளிட்ட பதினெண்கீழ்க்கணக்கு நூல்கள் தோன்றின. களப்பிரர்கள் முதலில் பௌத்தர்களாகவும், பிறகு சமணர்களாகவும் சமயச் சார்புற்றிருந்தனர் என்பர் (கே.கே. பிள்ளை 2013: 185). இதனால் சமணமும், பௌத்தமும் களப்பிரர் காலத்தில் அரசு ஆதரவு பெற்ற மதங்களாக வளர்ந்தோங்கின. இவர்கள் பிரா மணர்களை எதிர்த்தனர் என்பதை வேள்விக்குடி சாசனம், அளவரிய அதிராசரை அகல நீக்கி அகலிடத்தைக் களப்பிரன் என்னும் 'கலியரசன்' கைக்கொண்டான் என்றும் கூறுகிறது. இவ்வாறாக ஆட்சி செய்த காலத்தில் சாதியம் அதிக வேர் ஊன்றாமல் இருந்தது என்பதையும் கலப்புத் திருமணங்கள் பல நடைபெற்றுள்ளன என்ப தையும் இலக்கியங்கள் காட்டுகின்றன.

இதனைச் சிலப்பதிகாரம்,

> **"வானவர் தோன்றல் வாய்வாட்கோதை**
> **வியங்கில வந்தி வெள்ளி மாடத்து**
> **இளங்கோ வேண்மாள் உடனிருந் தருளி"** (சிலப். 25:3-5)

செங்குட்டுவன் என்னும் சேர மன்னன், இளங்கோ வேண்மான் என்னும் வேளிர் குல மங்கையைத் திருமணம் செய்துகொள்கிறான். இந்தத் திருமணம் முடியுடைய வேந்தர்க்கும் குறுநில மன்னர்க்கும் இடையே நிகழ்ந்த கலப்புத் திருமணமாகும் (வெண்ணிலா 2012: 66). மேலும், மணிமேகலையில் கிள்ளி என்னும் சோழ மன்னனுக்கும், நாக நாட்டு இளவரசிக்கும் கலப்புத் திருமணம் நடைபெற்றுள்ளது. இதனை,

> **"நாக நாடு நடுக்கின் றாள்பவன்**
> **வாகை வேலோன் வளைவணன் தேவி**

வாசமயிலை வயிற்றுட் டோன்றிய
பீலிவளை என்போள்" (மணி. 24:54-57)

எனும் பாடல் வரிகளால் அறிந்துகொள்ள முடிகிறது.

இவ்வாறாக பல்லவர் காலத்தில் கலப்புத் திருமணங்கள் பல நிகழ்ந்துள்ளன என்பதை அறியமுடிகிறது. இடைக்கால இந்தியாவில் குறிப்பாகத் தென்னிந்தியாவில் ஆட்சிபுரிந்த பேரரசர்கள் எல்லோரும் பண்டைய வேத தர்மசாத்திரக் கோட்பாடுகள் விதித்த அரசியல் நியதிகளின்படி சமுதாய அறம் பேணும் தலைவர்களாகவே செயல் பட்டனர் என்பதையும் வரலாறுகள் காட்டுகின்றன.

4. பல்லவர் காலம்

களப்பிரர் காலத்திற்குப் பிறகு பல்லவர்கள் ஆட்சி தமிழகத்தில் ஆளுமை பெற்று கி.பி.6ஆம் நூற்றாண்டு முதல் 9ஆம் நூற்றாண்டு வரை காஞ்சியைத் தலைநகராகக் கொண்டு ஆட்சி செய்தனர். இவர்களின் காலத்தைப் பக்தி இயக்கக் காலம் என்றே அழைத்தனர். இக்காலத்தில் தேவாரம், திருவாசகம், நாலாயிர திவ்யப்பிரபந்தம் போன்ற துதி வழிபாட்டு இலக்கியங்கள் பல உருவாயின.

பல்லவர்களின் வருகை பற்றிய குழப்பங்கள் நிலவிவருகின்றன. இவர்களைப் பற்றி ஆராய முற்பட்ட அறிஞர்கள் சில கருத்துகளை முன்வைத்துள்ளனர். அவை:

1. பல்லவர்கள் வட இந்தியப் பிராமணர் அரச மரபைச் சார்ந்தவர்களாகவும், போரில் திறமை மிக்கவர்களாகவும் இருந்துள்ளனர். இவர்கள் தென் திசையில் சென்று அரசைத் தேடிப் பிடித்த வழியில் தோன்றியவர்களே என்கிறார் செ.பி.செயசுவால் (செல்வம் 2011: 192).

2. பல்லவர்கள் ஆரியப் பண்பாட்டில் தோய்ந்தவர்கள் என்றும், பல்லவர்களின் சாசனங்கள்படி, அவர்கள் பாரத்வாஜ கோத்தி ரத்தைச் சார்ந்தவர்கள் என்றும், கோத்திரத்தின் அடிப்படையிலேயே பல்லவர்களின் இனம் காணுதலுக்குரியது என்கிறார் தி.வி.மகாலிங்கம் (சுப்ரமணியம் 1991: 98).

பல்லவர் காலச் சாதிய நிலைகள்

பல்லவர் காலத்தில் சாதியத்தின் தாக்கம் அதிகமாகக் காணப்பட்டது. இரண்டாம் மகேந்திரவர்மன் தமிழகத்தில் வருண தருமத்தைக் கட்டாயமாக்கி மக்களை சாதிய அடிப்படையில் ஆண்டான் என்று 'கூரம்' செப்புப் பட்டயங்களில் குறிப்பிடப்பட்டுள்ளது (தங்கவேலு 2009: 229).

பிராமணர்கள்

பல்லவர்களின் பட்டயங்களில்தான் பிராமணன் என்ற சொல் காணப்படுகின்றது. பல்லவ மன்னர்கள் தேவதானங்களை ஏற்படுத்தி, அவற்றில் ஊழியம் செய்யப் பிராமணர்களை அமர்த்தி அவர்களுக்குப் பிரம்ம தேயங்களையும் சதுர்வேதி மங்கலங்களையும் தானமாக வழங்கினார். இவர்கள் தங்கியிருந்த இடங்கள் 'பிரம்ம புரி', 'பார்ப்பனச்சேரி' என்று பொதுமக்களால் அழைக்கப்பட்டன. அரசன் அல்லது குறுநில மன்னன் பிராமணருக்கு வளமிக்க நிலங்களைத் தானமாகக் கொடுக்கும் முன் அவற்றின் எல்லைக்குப் பாதுகாப்பாக வேலிகளைப் போட்டு, கல்லும் கள்ளியும் நட்டு அங்கிருந்த சூத்திரரை வெளியேற்றிய பின் அந்நிலத்தைத் தானமாகக் கொடுத்தனர். அவ்வாறு தானம் கொடுப்பவரின் பெயரால் அந்தப் பிரம்மதேயங்கள் அறியப்பட்டன. இவ்வகையான நிலங்களுக்கு எவ்வித வரியும் வசூலிக்கப்படவில்லை.

பிரம்மதேயத்திலுள்ள குளங்களில் மற்றவர்கள் மீன்பிடிக்கக் கூடாது, தென்னை, பனை மரங்களில் கள் இறக்கக் கூடாது, அரசன் சவாரி செய்ய இவர்களிடம் எருது கேட்கக் கூடாது, போர்க் காலங்களில் படைகள் பிரம்மதேயத்தின் வழி செல்லக் கூடாது போன்ற விதிகள் விதிக்கப்பட்டிருந்தன.

கி.பி.7ஆம், 8ஆம் நூற்றாண்டுகளில் வாழ்ந்த பிராமணர்கள் ஒன்றுக்கும் மேற்பட்ட பெண்களை மணந்தனர். ஒவ்வொரு பிராமணனும் கருத்தரிப்பு முதல் சுடுகாடு போகும் வரை அரசாலேயே பராமரிக்கப்படுவதால் குடும்பத்தைச் சுமக்கும் பொறுப்பற்றவனாகி விடுகிறான். எனவே ஒன்றுக்கும் மேற்பட்ட பெண்களை மணக்கும் போது, சத்திரிய, வைசிய, சூத்திரப் பெண்களையும் மணந்தனர். இத்தகைய திருமணம், 'அனுலோம' (anuloma) திருமணம் என்று அழைக்கப்பட்டது. எஞ்சிய மூன்று வருணத்து ஆண்மகன் பிராமணப் பெண்களை மணப்பதுண்டு. அத்தகைய திருமணத்தை 'பிரதிலோம' (pratiloma) என்றும் அழைத்தனர். இத்தகைய கலப்புத் திருமணங்களால் சாதிகள் பெருகின. இத்தகைய கலப்பு மணங்கள், 'சங்கீர்ண சாதி' என்று அழைக்கப்பட்டன. குறிப்பாக கம்மாளர் அல்லது தபதிகளைச் 'சங்கீர்ண சாதி' என்றே அழைத்தனர் (சுப்ரமணியன் 1991: 97).

பெருவாரியான பிராமணர்கள் கோயில்களில் அமர்ந்து கோலோச்சினர். கோயில் காரியங்களைச் செய்ய தனியுரிமை அவர்களுக்கே உண்டு. எனவே, அவர்கள் 'கணத்தார்' என்று அழைக்கப்பட்டனர் (மேலது: 98). எக்காரணத்தைக் கொண்டும் ஏர் உழுதல் மற்றும் வயல்களில் வேலை செய்தல் போன்ற உடலுழைப்பில் பிராமணர்கள் ஈடுபடுவதில்லை. வேத சாஸ்திரங்களில் கூறப்பட்ட சாதி முறைக்கு ஏற்ப சாதியைப் பிரித்தனர். இதனால் பிராமணர்கள் சமுதாயத்தில் உயர்ந்த நிலையில் இருந்தனர். இவர்களைத் தவிர பல்லவர் காலத்தில் பல தொழில்வழிச் சாதிகள் இருந்துள்ளன.

தொழில்வழிச் சாதிகள்

பல்லவர் காலத்தில் பிராமணர்களுக்குள்ளேயே சாதி வேறுபாடுகள் பல இருந்துள்ளன. அவை சிவப்பிராமணர், வைணவப்பிராமணர் ஆகிய இருபிரிவுகளும் குலம், கோத்திரம் வழிவந்த பிரிவுகளும் அவர்களிடையே இருந்தன.

கடல் வாணிபம் செய்தவர்களை 'மணிக்கிராமத்தார்', 'நானா தேசிகள்', 'ஐநூற்றுவர்' என்றழைத்தனர். கைவினைஞர்களான கம்மாள், தச்சர், தட்டார் முதலியோரும் வாணியர், இடையர் முதலியோரும் சாதி வழியாகத்தான் அறியப்பட்டனர். உழவுத் தொழில் செய்வோர் உயிர் வாழத் தேவையான உணவுப் பொருட்களை உற்பத்தி செய்து தந்தாலும் உழவர்கள் கீழானவராகக் கருதப்பட்டனர். குயவன், வண்ணான், வேடுவன், இடையன், செம்படவன், பறையன், பாணன், ஈழன், சாலியன் முதலிய தொழில் பிரிவினர் சாதியப் பிரிவாக மாற்றம் பெற்று ஊரின் ஒதுக்குப்புறங்களில் குடியமர்த்தப்பட்டனர்.

பல்லவர்களின் சமயம்

பல்லவர்கள் இந்து சமயத்தில் ஆழ்ந்த நம்பிக்கை கொண்டிருந்தனர். இதனால், அசுவமேத யாகம், வாஜ்பேய யாகம், சோம யாகம் முதலிய வேள்விகளைச் செய்தனர். வைதீக சமயத்தின் மீது பற்றுடைய சிம்ம வர்மன் நூறு யாகங்களைச் செய்தான். யாகங்களைச் செய்வதில் மன்னர்களுக்குள்ளேயே போட்டி ஏற்பட்டது. இந்த யாகத்தினால் பிராமணர்கள் செல்வ பலம் பொருந்தியவர்களாகச் சமுதாயத்தில் உயர்ந்து இருந்தனர். எனவேதான் பிராமணர்கள் பல்லவ மன்னர்களை 'தரும மகாராசாக்கள்' என்றழைத்தனர்.

பல்லவர்கள் மனுதர்மத்தை அடிப்படையாகக் கொண்டு ஆட்சி செய்த போதிலும் இக்காலத்தில் பல கலப்புத் திருமணங்கள் நடை பெற்றன என்பதைப் பெரிய புராணம் போன்ற இலக்கிய நூல்களின் வழியே அறிந்துகொள்ள முடிகிறது. இதனை,

"மண்ணிறைந்த பெருஞ் செல்வத்
திருவெற்றியூர் மன்னும்
எண்ணிறைந்த திருத்தொண்ட
ரெழிற் பதியோ ருடனீண்டி
உண்ணிறைந்த மகிழ்ச்சியுடன்
உம்ர்பூமழை பொழிய
கண்ணிறைந்த பெருஞ் சிறப்பின்
கலியாணஞ் செய்தளித்தார்"   (பெரி. 266)

சுந்தரர், அந்தணர் குலத்தைச் சேர்ந்தவர். சங்கிலிநாச்சியர் வேளாளர் குலத்தைச் சேர்ந்தவர். இவ்விருவரின் திருமணம் இறைவனுடைய ஆணையின்படி பெரியோர்களால் செய்துவைக்கப்பட்டதாகப் பெரிய புராணம் கூறுகின்றது. வேதியர் குலத்தில் தோன்றிய சுந்தரருக்கும், வேளாளர் குலத்தில் பிறந்த சங்கிலிநாச்சியருக்கும் நடந்த திருமணம் கலப்புத் திருமணமாகும் (வெண்ணிலா 2012: 99).

இவ்வாறாகப் பல்லவர் காலத்தில் சாதியின் தாக்கம் அதிகமாகவே காணப்பட்டது. மன்னர்கள் மனுவை மையமாக வைத்து ஆட்சி செய்ததால் நான்கு சாதிகள் பல சாதிகளாக உருவெடுத்தன. ஏற்கனவே இருந்த தொழில்வழிக் குழுக்கள் அனைத்தும் தொழில் வழிச் சாதிகளாக மாற்றமடைந்தன. பிராமணர்கள் சமுதாயத்தின் உயர் நிலையில் இருந்தனர். இவர்களால் சாதிக்கலப்பு அடைந்து பல புதிய கீழ்ச் சாதிகள் தோன்றின. பிராமணர்கள் உயர்ந்த நிலை யிலும் சூத்திரர்கள் ஊரின் வெளிப்புறங்களிலும் குடியமர்த்தப் பட்டனர்.

5. சோழர் காலம்

பல்லவர்களின் காலத்திற்குப் பிறகு தமிழகத்தில் சோழர்களின் ஆட்சி கி.பி.9ஆம் நூற்றாண்டு முதல் 13ஆம் நூற்றாண்டிற்கு இடைப்பட்ட காலத்தில் சோழர்களின் ஆட்சி நடைபெற்றது. சோழர்கள் தமிழகத்தைப் பல்வேறு பிரிவுகளாகப் பிரித்து தங்களுடைய ஆட்சியை நடத்தினர். இவர்களின் காலம் 'இரத்தமும் இரும்பும்' என்ற கோட்பாடு நிலவிய காலம் எனலாம். சோழர்களின் ஆட்சியை அறிந்துகொள்ள சில செப்பேடுகள் உள்ளன. அவற்றுள் உதயேந்திரம் செப்பேடு, வேளஞ்சேரி செப்பேடு, அன்பில் செப்பேடு, கரந்தை செப்பேடு, திருவலாங்காடு செப்பேடு, ஏசாலம் செப்பேடு முதலியவை மிக முக்கியமானவையாகும். இவற்றை அடிப்படையாகக் கொண்டு சோழர் காலத்தில் நிலவிய சாதிச் சமூக அமைப்பைப் பற்றி அறியமுடிகிறது.

சோழர் கால சாதிப் பிரிவுகள்

சோழர் காலச் சமூகம் சாதியச் சமூகமாக இருந்தது. வருணாசிரமம் வலியுறுத்தப்பட்டது. எனவே சமூகத்தில் உயர்வும் தாழ்வும் என வேற்றுமைகள் மலிந்து காணப்பட்டன. சாதிக்குள் பல உட்பிரிவுகள் பெருகின. சமுதாயத்தில் உயர்மட்டத்தில் வேதியர்கள் (பிராமணர்கள்) இருந்தனர். அவர்கள் தனிக்கிராமங்களில் வாழ்ந்தனர். அவர்கள் வாழ்ந்த பகுதி அகரங்கள், அக்கிரகாரங்கள் அல்லது சதுர்வேதி மங்கலங்கள் எனப்பட்டன. சோழர் காலம் பிராமணர்களைச் சிறப்பான இடத்திற்குக் கொண்டு வந்தது என்பார் சுப்பிரமணியம் (செல்வம் 2011: 300).

பிராமணர்கள்

சோழப் பெருவேந்தர் காலச் சமுதாயத்தின் தலைமையிடத்தில் வைத்துப் போற்றப்பட்ட பிராமணர்கள் பல பிரிவினர்களாக

இருந்தனர். பிராமணர், அந்தணர், பூசுரர், மறையோர், பார்ப்பனர், பிடார், வேதியர், பட்டர், அர்ச்சகர், சைவாச்சாரியர், மந்திரப் பிராமணர், மகேசுவரர், கவுணியர், பண்டிதர், நம்பி, ஆண்டர் சிறீவைணவர், அபூர்வியர், தேவகன்மியர், சம்பிரதாயர், சிவயோகியார், சிவப்பிராமணர், அகநாழிகை சிவப்பிராமணர், முப்பதுவட்டன் காணியுடைய சிவப்பிராமணியர் என்று பல பெயர்களில் அவர்கள் கல்வெட்டுகளிலும், இலக்கியங்களிலும் குறிக்கப்பட்டிருக்கின்றனர்.

இறையிலி நிலங்கள் தனிப்பட்ட பிராமணருக்கும் கூட்டாகப் பலருக்கும் என வழங்குவதுண்டு. பல ஊர்கள் ஒட்டுமொத்தமாக வழங்கப்படும்போது அது 'பிரம்மதேயம்' எனப்பட்டது. ரிக், யசூர், சாம, அதர்வணம் ஆகிய நான்கு வேதங்களும் கற்றுத் தேர்ந்தவருக்கு வழங்கப்படும் ஊர் 'சதுர்வேதிமங்கலம்' எனப்பட்டது. வேதம் வல்ல பிராமணர்களுக்குப் 'பட்டவிருத்தி' என்றும், கோயில்களில் மகாபாரதக் கதையைப் படிப்போருக்கு 'பாரதவிருத்தி' என்றும், அர்ச்சனை செய்யும் சிவயோகிகளுக்கு 'அர்ச்சனா போகம்' என்றும், வேதம் படிக்கும் அபூர்விகள் போன்றோருக்கு உணவளிக்கும் அறச் சாலைகளுக்குச் 'சாலாபோகம்' என்றும், 'பாஷ்யவிருத்தி', 'சைவாச்சாரியக்காணி' என்றும் பல பெயர்களில் இறையிலி நிலங்கள் வழங்கப்பட்டன (தமிழ் நாட்டு வரலாற்று ஆசிரியர் குழு 2000: 16).

சோழப் பெருவேந்தர்களின் அமைச்சர்களாகவும், படைத் தலைவர் களாவும், அதிகாரிகளாகவும் பிராமணர்கள் விளங்கியுள்ளனர் என்பதி லிருந்து பிராமணர்கள் பல உயர் பதவியில் இருந்ததையும் அறிய முடிகிறது.

வேளாளர் / வெள்ளாளர்

சோழப் பெருவேந்தர் காலச் சமுதாய அமைப்பில் பிராமணர் களுக்கு அடுத்த நிலையில் வைத்து மதிக்கப்பட்ட பிரிவினர் வேளாளர் ஆவர். சோழப் பேரரசில் உழவுத் தொழில் மேற்கொண்ட வேளாளரில் நில உரிமையாளராகத் தம் நிலத்தில் பிறரைக்கொண்டு உழவுத்தொழில் நடத்தியவர்கள் 'பெருங்குடிகள்' எனவும், தம் நிலத்தில் தாமே உழவுத் தொழில் புரிந்தவர் 'இறைக்குடிகள்' எனவும் அழைக்கப்பட்டனர். உழவுத் தொழில் செய்யும் வேளாண் மாந்தர் அனைவரும் ஒன்றுசேர்ந்து தங்கள் தொழில் வளம் கருதிச் 'சித்திரமேழி நாட்டார்' என்ற குழுவை அமைத்தனர்.

வணிகர்

சோழர் காலச் சமுதாய அமைப்பில் பெரிதும் செல்வாக்குப் பெற்றிருந்த மற்றொரு பிரிவினர் வணிகர் ஆவர். வாணிகம் செய்து வந்த அம்மக்கள் 'வாணியர்' என்றும், 'செட்டி' என்றும் அழைக்கப் பெற்றனர். வணிகர்கள் வெளிநாடுகளுக்குச் சென்று வாணிகம் செய்வது வழக்கமாயிருந்தது. அக்குழுவின் தலைவன் 'சாத்தன்' என்று அழைக்கப்பட்டான். அவ்வாணிகக் குழுக்களை நானாதேசிகள், திசையாயிரத்து ஐந்நூற்றுவர், நகரத்தார், வளஞ்சியர், மணிக்கிராமத் தார் என்னும் பல பெயர்களால் வழங்கினர்.

இடையர் / மன்றாடி

சோழப் பேரரசில் குறிப்பிடத்தக்கப் பிரிவினராக ஆயர்கள் இருந் துள்ளனர். இடையர், கோன், கோனார், பிள்ளை, யாதவர் என்று பல பெயர்களில் அவர்கள் கல்வெட்டுகளிலும் இலக்கியங்களிலும் இடம்பெற்றுள்ளனர். ஆயர்கள் வாழ்ந்த பகுதி 'நாகுமணிப்புறம்' எனப்பட்டது. வாழ்விடம் ஆய்மனை, ஆயர்பாடி என்றும் அழைக்கப் பட்டது. மன்றாடிகள் தமக்குள் இணைந்து 'மன்றாடி கலனை' என்ற அமைப்பை உருவாக்கினர். இவர்கள் 'இடைகிறை', 'இடைப் பாட்டம்' போன்ற வரிகளைச் செலுத்தினார். கோயில்களில் விளக் கெரிக்கும் பொறுப்பு ஆயர்களிடமே விடப்பட்டது. கால்நடை களை வளர்ப்பதும், அதிலிருந்து கோயில் பணிக்கென விதிக்கப் பட்ட அளவு தயிர், பால், வெண்ணெய் போன்றவற்றை அளிப்பதும் இவர்களின் கடமையாகவும் உரிமையாகவும் இருந்தது.

பறையர்

பண்டையத் தமிழகத்தில் நான்கு குடிகளில் பறையர்கள் ஒரு குடியினர் என்பதைப் புறநானூறு குறிப்பிட்டுள்ளது. இந்தக் குடி சோழர் காலத்தில் தொழில்வழிக் குடியில் இருந்து சாதியாக மாற்றம் அடைந்துள்ளது. இவர்களில் சிலர் கிராமக் காவலர்களாகவும் பணி யாற்றினர். இவர்கள் தலையாரிகள் எனப்பட்டனர். இவர்களில் ஒரு பிரிவினர் 'வெட்டியான்' எனப்பட்டனர். இவர்கள் குழிவெட்டிக் கிராமத்துப் பிணங்களைப் புதைக்கும் பணியைச் செய்தனர். ஒரு சில பறையர்கள் நெசவுத் தொழிலிலும் ஈடுபட்டிருந்தனர். இவர்கள் பயன்படுத்திய தறி 'பறைத்தறி' எனப்பட்டது. மேலும் சிலர் சமுதாயத்தில் முதன்மையாக மதிக்கப் பெற்றனர். இவர்கள் 'பறை

முதலிகள்' எனப்பட்டனர். கிராமப் பரிபாலனம் செய்துவந்த சபைகளில் அவர்களும் இடம்பெற்றிருந்தனர். போர்க்காலங்களில் போர் வீரர்களாகவும் செயல்பட்டனர். சிலர் உழவுத் தொழிலையும் மேற்கொண்டனர். இவர்கள் 'உழவுப்பறையர்' என அழைக்கப்பட்டனர். இவர்கள் ஊரின் கிழக்கிலோ, மேற்கிலோ வாழ்ந்தனர். இவ்வாறாகச் சோழர் காலத்தில் சாதிய அமைப்பில் தீண்டாமை சிறிது சிறிதாக வேரூன்றத் தொடங்கியது.

கைக்கோளர்

சோழர் காலத்தில் பல்வேறு படைப்பிரிவுகள் இருந்தன. அவற்றில் குறிப்பிடத்தக்கவர்கள் கைக்கோளர் பிரிவினர். 'கைக்கோளர்' என்ற இப்பெயர் 'தம் கைகளின் வலிமையால் வெற்றியைக் குவித்த பெருமை பெற்ற வீரர்கள்' என்று பொருள். இவர்கள் கால ஓட்டத்தால் தனித்த சாதிப் பிரிவுகளாக இனம் காணப்பட்டனர்.

கல்வெட்டுகள் இவர்களைப் பற்றி, மதுராந்தகத் தெரிஞ்ச கைக்கோளப்படை, பார்த்திவ சேகரத் தெரிஞ்ச கைக்கோளர், சுந்தர சோழத் தெரிஞ்ச கைக்கோளர் போன்ற பல பெயர்களில் இக்கைக்கோளர் படைப்பிரிவுகள் கல்வெட்டுகளில் குறிக்கப் பெற்றுள்ளன.

இக்கைக்கோளர் இணைந்து செயற்பட்ட நிலையில் அது 'கைக்கோளப் பெரும் படை' என்று அழைக்கப்பெற்றது. இவற்றைத் தவிர மூத்த வாள் பெற்ற கைக்கோளர், இளைய வாள் பெற்ற கைக்கோளர், மூன்று படைப் பொற்கோயில் கைக்கோளர், பொற்கோயில் கைக்கோளர் என்னும் பல பெயர்களில் இக்கைக்கோளர் படையினர் விளங்கினர்.

படை வீரர்களாக விளங்கிய கைக்கோளர் தறி நெய்யும் நெசவாளர் இனமாகவும் விளங்கினர். மேலும் கைக்கோளர், கைக்கோளர் முதலிகள் என இரு பிரிவுகளாக இருந்தனர். இவர்கள் செங்குந்தர் என்றும் வழங்கப்பெற்றனர்.

தொழில்வழிக் குடிகள்

பழந்தமிழகத்தில் தொழில் அடிப்படையில் வேலை செய்து வந்த குடிகள் சோழர்கள் காலத்தில் தனித்தனிச் சாதிகளாக மாற்றமடைந்த தோடு, அவர்கள் பிறப்பின் அடிப்படையிலும் பாகுபடுத்தப்பட்டிருந்தனர். இவ்வாறாகச் சோழர் காலத்தில் ஏராளமான சாதிகள் தோன்றின.

ஆதிக்குலங்கள் வாழ்வில் பதினெட்டு வகையான வேலைப் பிரிவினை ஏற்பட்டது. அந்த வேலைப் பிரிவினை அடிப்படையிலேயே சாதிகள் தோன்றின. "ஆதி என்கிற பறைச்சிக்கும், பகவான் என்ற பார்ப்பானுக்கும் இணைந்து பிறந்தன, பள்ளு பறை பதினெட்டுச் சாதிகள்" என்று பாஷ்யம் அய்யங்கார் கூறியதாகப் பாரதியார் கூறியுள்ளார் (பெருமாள் 2006: 25).

குயவர்

பண்டைக் காலந்தொட்டே மண்ணைக் கொண்டு மக்களுக்குக் கலன் செய்து அளிக்கும் மட்பாண்டத் தொழில் இருந்து வந்துள்ளது. இத்தொழில் நாளடைவில் பரம்பரைத் தொழிலாகவும் ஒரு குறிப்பிட்ட சமூகத்திற்கென்றே விடப்பட்டது. இத்தொழிலைச் செய்தவர்கள் 'குயவர்', 'குசவர்' என்ற பெயர்களில் அழைக்கப்பட்டனர். இவர்கள் சோழர் காலத்தில் தனிச்சாதியாக உருவெடுத்தனர். இவர்கள் திருக்கோயில்களிலும், மடங்களிலும் பணியில் அமர்த்தப்பட்டிருந்தனர். அவர்கள் 'திருமடைப்பள்ளிக் குசவர்' என்று அழைக்கப்பட்டனர்.

குயவர்கள் குடியிருக்கவும், தொழில் செய்யவும் அவர்களுக்குக் 'குசக்காணி', 'பாரசவிக்காணி' ஆகிய கொடைகள் வழங்கப்பட்டன. குசவர்கள் தொழில் வரியாகக் குசக்காணம், மகன்மை ஆகியவற்றைச் செலுத்தினர். அறச்சாலைகளுக்குப் பானை போன்ற மட்கலன்களைச் செய்து கொடுக்கும் குயவர்களுக்குக் 'கொற்று ஆக' நாள் ஒன்றுக்கு மூன்று நாழி நெல் கொடுக்கப்பட்டது. இவ்வாறாகத் தொழிற் குடியாக இருந்தவர்கள் சோழர் காலத்தில் சாதியாக மாற்றமடைந்தனர்.

வண்ணர்

சோழர் காலத்தில் வாழ்ந்த மற்றொரு தொழில் குடியினர், ஆடைகளின் அழுக்கை அகற்றும் வண்ணர் ஆவார். இவர்கள் வாழ்ந்த பகுதி வண்ணாரச்சேரி எனப்பட்டது. இவர்கள் வாழவும், தொழில் புரியவும் 'வண்ணாரக்காணி' என்ற கொடை அளிக்கப்பட்டது. 'வண்ணாரப் பாறை' என்ற இறையைத் தொழில் வரியாகச் செலுத்தினர் (இராசேந்திரன் 2000: 73).

சாலியர்

சாலியர்கள் பல வண்ண ஆடைகளை நெய்து தரும் நெசவுத் தொழில் குடியினர். இவர்கள் 'வினைவர்' என்ற பொதுப் பெயரால் அழைக்கப்பட்டனர். தூசு, துகில், ஆடை, கலை போன்ற பல்வகை ஆடைகளைச் செய்தனர். சாலியர் வாழ்ந்த பகுதி 'சாலியர் தெரு' என்றழைக்கப்பட்டது. சாலியர் 'தறிக்கடமை' என்ற வரியைச் செலுத் தினர். சாலியர் அச்சுத்தறி, சாலியர் மறைத்தறி, சாலிகைத்தறி போன்ற பெயர்களால் அழைக்கப்பட்டனர்.

தைப்பன்

வினைவர் நெய்து அளிக்கும் துணிகளை மக்கள் ஆடைகளாக அணியும் வகையில் வெட்டித் தைத்துக் கொடுக்கும் தையல் தொழில் புரிந்தோரும் இருந்தனர். அவர்கள் 'தைப்பன்', 'தய்யான்', 'தைய்யான்' என்ற பல பெயர்களால் அழைக்கப்பட்டனர். கோயில்களுக்குத் தேவையான துணிகளைத் தைப்பதற்கு தைய்யன், இரத்தினத்தை தைய்யோன் போன்றவர்கள் நியமிக்கப்பட்டனர்.

வாணியர்

எள் போன்ற எண்ணெய் வித்துகளைச் செக்கிலிட்டு எண்ணெய் பிழியும் தொழில் வினைஞர்களாகவும், கோயில்களில் விளக்கு எரிக்கவும், மக்கள் பயன்படுத்தவும் எண்ணெய் அளிக்கும் வணிகர் களாகவும் விளங்கியவர்கள் வாணியர் ஆவர். இவர்கள் 'வாணியர்' என்றும், 'செட்டி வாணியர்' என்றும் 'செக்குகுடிகள்' என்றும் அழைக்கப்பட்டனர். வாணியர் குடியிருக்கவும், தம் தொழிலைச் செய்யவும் அவர்களுக்கு நிலம் அளிக்கப்பட்டது. வாணியர் 'செக் கிறை', 'செக்குக் கடமை', 'பேர்வரி' போன்ற வரிகளைச் செலுத் தினர். வாணியர் தம் பொருள்களை வாணிகம் செய்ய வணிகக் கூட்டமைப்புகளை உருவாக்கியிருந்தனர் என்பது பல கல்வெட்டு களின் மூலம் அறியப்படுகிறது.

நாவிதர்

மக்களுக்குச் சிகை மழித்தல் பணி செய்வதும், தமக்கென ஒதுக்கப்பட்ட பிற கடமைகளை ஆற்றியும் வாழ்ந்தவர் நாவிதர்

ஆவர். குடியிருக்கவும், தம் பணியைச் செய்யவும் இவர்களுக்குக் கொடையாகக் காணி வழங்கப்பட்டது (மேலது : 79).

உவச்சர்

உவச்சு என்பது இசைக்கருவியைக் குறிக்கும். உவச்சருடைய இசைக் கருவிகளாகப் பறை, சேண்டி, சேகண்டி, குடமுழா போன்றவை இருந்தன. இவர்கள் 'சகடை' என்னும் இசைக் கருவியைக் கொட்டியதாகவும் குறிப்பிடப்படுகிறது. இதனை 'பறை கொட்டும்' உவச்சை என்று கல்வெட்டுகள் குறிப்பிடுகின்றன.

கோயில்களில் பூசை செய்வது இவர்களின் தொழிலாக இருந்துள்ளது. உவச்சர்கள் வாழவும், தம் பணியில் ஈடுபடவும் அவர்களுக்கு உவச்சக் காணியாக நிலம் வழங்கப்பட்டது.

மள்ளர்கள்

சோழர் காலச் சமுதாய அமைப்பில் மள்ளர்கள் என்ற ஒரு பிரிவினர் இருந்தனர். சங்ககாலத்தில் மருதக் குடிகளுள் ஒரு குடியினராக மள்ளர்கள் இருந்தனர். அங்கு உழவுத் தொழிலே முக்கியமாகச் செய்து வந்தனர். மதம் பிடித்த யானையைப் பாகன் அடக்கியாள்வது போன்று, மள்ளர்களும் பாய்ந்து வரும் வெள்ளத்தை மடக்கி வயல்களுக்குள் பாய்ச்சி பயிர் வளர்த்தனர். சோழர் காலத்தில் இவர்கள் ஏர்த்தொழில், போர்த்தொழில் ஆகிய இரண்டிலும் வல்லவர்களாய் இருந்துள்ளனர் என்பதை அறியமுடிகிறது. இவர்களைத் தவிர வைத்தியர், ஓதுவர், கோயிற்பிள்ளை போன்ற தொழிற்குடிகள் சாதிக் குடிகளாகச் சோழர் காலத்தில் மாற்றம் அடைந்துள்ளனர்.

சோழர் காலக் கலப்பினத்தவர்கள்

சோழர் காலத்தில் பல சாதிகள் கலப்புற்றுப் புதிய சாதிகள் தோன்றின. சாதிகளின் எண்ணிக்கை பெருகியதோடு உட்சாதிகளின் பெருக்கமும் அதிகமாயிற்று. தொழில்வழிக் குடிகள் அனைத்தும் சாதிகளாக மாற்றமடைந்தன. இதைத் தவிர சோழர் காலத்தில் கலப்புற்ற சாதிகளை, 'அனுலோம' சாதி என்றும் 'பிரதிலோம' சாதி என்றும் கல்வெட்டுகள் (479/1908; A. R. E. 1909 II 45) குறிப்பிடு கின்றன (இராசேந்திரன் *1991: 50-51*).

பிராமணர்கள் சமுதாயத்தில் ஓர் அங்கமாயிருந்தும், சமுதாயத்திலிருந்து பிரிந்து தனித்தே இருந்தனர். அவ்வாறே ஒரு சாதியும் மற்றொரு சாதியும் குருதி உறவில் ஒன்றுசேர விடாமல் காத்தனர். இவ்விதமான கட்டுப்பாட்டையும் மீறிக் காதல் திருமணம் செய்து கொண்டவர்கள் அவர்களின் பிள்ளைகளைக் ‘கலப்புச் சாதிப் பிள்ளைகள்’ அல்லது ‘சங்கீரன சாதிப் பிள்ளைகள்’ என்று அழைத்தனர். ஓர் உயர்குலத் தந்தைக்கும், தாழ்ந்த குலத் தாய்க்கும் பிறக்கும் குழந்தையை ‘அனுலோம’ சாதியைச் சேர்ந்தவர்கள் என்றும், ஓர் உயர் குலத் தாய்க்கும், தாழ்ந்த சாதியைச் சேர்ந்த தந்தைக்கும் பிறக்கும் குழந்தையை ‘பிரதிலோம’ என்றும் அழைத்தனர். இத்தகைய கலப்புத் திருமணங்களால் சாதிகளின் எண்ணிக்கை பல மடங்கு பெருகின.

அனுலோம சாதி

உயர் குலத்துத் தந்தைக்கும், தாழ்ந்த குலத்துத் தாய்க்கும் பிறந்தவர்கள் ‘அனுலோம’ எனப்பட்டனர். அரசக் குலத்தைச் சேர்ந்த ஆடவனுக்கும், கருணீகக் குலத்தைச் சேர்ந்த பெண்ணுக்கும் பிறந்தவர் ‘அனுலோம’ என்றும் கூறப்பட்டனர். பிராமண, சத்திரிய, வைசிய உயர்சாதி ஆடவர்க்கும், கீழ்ச்சாதி பெண்ணுக்கும் பிறக்கும் குழந்தைகள் அனுலோம பிரிவைச் சேர்ந்தவர்கள்.

பிரதிலோம சாதி

உயர் குலத்தைச் சேர்ந்த பெண்ணுக்கும், தாழ்ந்த குலத்தைச் சேர்ந்த ஆடவனுக்கும் பிறக்கும் குழந்தைகள் ‘பிரதிலோம’ என்று அழைக்கப்பட்டனர். அனுலோம, பிரதிலோம சாதியினரின் கடமைகள் மற்றும் ஒழுக்கங்களைக் கல்வெட்டுகளில் தெளிவாக வரையறுத்துள்ளனர். அவர்களுள் ஒரு பிரிவினர் கட்டட வேலை செய்தல் போன்ற பணிகளில் ஈடுபடலாம். கோயில் கோபுரங்களையும், மண்டபங்களைக் கட்டியும், அவற்றுள் சிற்பங்களைச் செதுக்கி அமைக்கும் பணியிலும் ஈடுபட்டிருந்தனர். அவர்கள் சாத்திரப்படி பூணூல் அணிந்துகொள்ளும் உரிமையைப் பெற்றிருந்தனர். திருகோடிக் காவல் என்னும் ஊரிலுள்ள முதலாம் குலோத்துங்கச் சோழனின் நாற்பத்தியெட்டாம் ஆட்சியாண்டின் கல்வெட்டு இச்செய்தியைக் குறிப்பிடுகின்றது. இத்தகைய உரிமைகளைப் புதிதாகப் பெற்றவர்கள் கொத்தரும், இரும்புக் கொல்லரும், பொற்கொல்லரும், தச்சரும்,

கல்தச்சரும் ஆகிய ஐந்து வகையான கம்மாளர் ஆவர். இவர்களை 'இரதகாரர்' என்று மற்றொரு கல்வெட்டுக் குறிப்பிடுகிறது (செல்வம் 2001: 303).

ஆலக்குடியில் உள்ள சகம் 1186ஆம் ஆண்டுக் கல்வெட்டு ஒன்று இரதகாரப் பிரிவுகளின் தோற்றம், பெருமை பற்றிக் கூறுகின்றது. மேலும் இரதகாரர்களுக்கு விதிக்கப்பட்டுள்ள கடமைகள், உரிமைகள் கட்டுப்பாடுகள் போன்றவற்றையும் விளக்குகின்றது (இராசேந்திரன் 1991: 53).

இரதகாரர்கள்

இரதகாரர்கள் என்ற குலப்பிரிவினர் அனுலோமவினர் என்றும் சில கல்வெட்டுச் செய்திகள் குறிப்பிடுகின்றன. மேலும் சத்திரியத் தந்தைக்கும், வைசியத் தாய்க்கும் பிறந்தவர்கள் 'மாகீஷ்யர்கள்' என்றும், வைசியத் தந்தைக்கும், சூத்திரத் தாய்க்கும் பிறந்தவர்கள் 'கரணீகள்' என்றும், மாகீஷ்யர் தந்தைக்கும், கரணீகத்தாய்க்கும் பிறந்தவர்கள் 'இரதகாரர்கள்' என்றும் குறிப்பிடப்பட்டுள்ளது.

மரம், கல், உலோகம் போன்றவற்றைக் கொண்டு பணிசெய்யும் பிரிவினர் 'கம்மாளர்' என்றழைக்கப்பட்டனர். இவர்கள் தச்சர், சிற்பி, காரியக்காரர், கொல்லர், தட்டார் என ஐவகைப்படுவர். கல்வெட்டு களில் இவர்கள் 'கண்மாளர்' என்றும் பாஞ்சாலத்தார், அஞ்சு பாஞ் சலத்தார் என்றும் குறிக்கப்பட்டுள்ளனர். மேலும் இவர்கள் சங்கீர்ண சாதியார், ஆசாரியார் என்றும் அழைக்கப்பட்டனர். இவர்களது அறு வகைத் தொழில்களும், படிமச் சிற்பி (ஸ்தபதி, சூத்ரக்ராகி, வர்த்தகி, தச்சர் என்னும் நால்வகை சாதிக்காரன் பிரிவுகளும் கூறப்பட்டுள்ளன).

தச்சர்களைப் பற்றிக் கல்வெட்டுகளில் தச்சர், தஞ்சர், பெருந்தச்சர் என்று குறிப்பிடப்பட்டுள்ளது. தச்சர்கள் தமக்கெனக் கூட்டமைப்பை வைத்திருந்தனர். அவை 'தச்சுக்கலனை' என்றழைக்கப்பட்டன. தச்சர் களுக்குத் தம் தொழில் நடத்த உரிமை வழங்கப்பட்டது.

கல் தச்சர்கள் கல்லிலும், செப்பிலும், மெய்க்கீர்த்திகளையும், கொடைகளையும் பொறித்து வரலாற்றுச் சான்றுகளாக வழங்கியவர்கள் ஆவர். ஆலயங்களை எழுப்பி அழகான சிற்பங்களைச் செதுக்கி யவர்கள். சுந்தரசோழன் வழங்கிய அன்பில் செப்புப்பட்டயத்தில் எழுத்துகளைப் பொறித்தவன் வீரசோழ தச்சன் எனவும், முதலாம் இராசேந்திரன் வழங்கிய திருவலங்காட்டுப் பட்டயத்தைப் பொறித்

தவர்கள் காஞ்சி மாநகர ஓவியக் குலத்துத் தச்சர்கள் எனவும் கூறப் படுகிறது.

தட்டார்கள் 'பெருந்தட்டான்', 'பொற்கொல்லர்' என்றும் அழைக் கப்பட்டிருந்தனர். இவர்கள் பொன்னிலும், வெள்ளியிலும் மணிகளை இழைத்து அணிகலன்களை உருவாக்கியவர்கள். தட்டார்களுக்கெனக் கூட்டமைப்பாகத் தட்டாரக் கலனைகள் இருந்தன. இவர்கள் ஆற்றிய பணிக்கெனக் கொடையாகக் காணிகள் வழங்கப்பட்டன. அவை 'தட்டாரக் காணி' எனப்பட்டது (மேலது: 55).

கொல்லர்கள் 'பெருங்கொல்லர்கள்' என்றும் அழைக்கப்பட்டனர். இரும்பிலும், பிற உலோகங்களிலும், போர்க் கருவிகளையும், மக்கள் பயன்படும் தொழிற் கருவிகளையும், பயன் கலன்களையும் உரு வாக்குபவர் கொல்லர் ஆவர். கொல்லர்கள் செய்த ஊர்ப் பணிக்கென அவர்களுக்குக் காணிகள் அளிக்கப்பட்டன. கொல்லர்களுக்கென உரு வாக்கப்பட்ட கூட்டமைப்புகள் கலனைகள் என்று பெயர் பெற்றன. இவ்வாறான இரதகாரர்கள் என்று அழைக்கப்பட்ட கலப்புச் சாதிகள் சோழர் காலத்தில் ஒதுக்கப்படாமல் தனித்த பல சலுகைகளுடன் நன்கு வாழ்ந்தனர்.

இரதகாரர்களைத் தவிர, சோழர் காலத்தில் சில கலப்புச் சாதிகள் இருந்துள்ளனர். அதாவது விக்கிரமச் சோழன் காலத்தைச் சேர்ந்த இரு கல்வெட்டுகள் 'உத்தரஸ்த ஆயோகவர்' என்ற 'பட்டினவர்' வகுப் பினரைப் பற்றிச் சில குறிப்புகள் தருகின்றன. இவ்வகுப்பினர் வைசிய வகுப்புப் பெண்டிருக்கும், சூத்திர வகுப்பு ஆடவருக்கும் பிறந்தவர்கள் என்று மனுஸ்மிருதி கூறுகின்றது. மற்றொரு கல் வெட்டு, ஆயோகவர் என்ற வகுப்பினர் சத்தியப் பெண்டிருக்கும், வைசிய ஆடவருக்கும் பிறந்தவர்கள் என்று குறிப்பிடுகின்றது. இவர்கள் நெசவு செய்தனர். கோயில்களுக்கும் அங்குள்ள விக்கிரங் களுக்கும், அரசருக்கும், பிராமணர்களுக்கும் துணி நெய்து கொடுக்கும் உரிமை பெற்றிருந்தனர். கி.பி.1127இல் இவ்வகுப்பினரில் சிலர் திரிபுவனையில் நிலங்களை இறையிலியாகப் பெற்று அதற்குக் கைமாறாக இவ்வூர்க் கோயிலுக்கு வேண்டிய பல துணிகளை அவ்வப் போது கொடுத்துவந்தனர்.

சோழர் காலத்தில் தென்னிந்தியச் சமுதாய அமைப்பை ஆராயும் போது மிக முக்கியமான ஒன்றான வலங்கை, இடங்கை சாதிகளைப் பற்றி அறிவது அவசியமாகிறது. இவ்விரு இனத்தாரும் பெரும்பாலும்

கலப்புச் சாதி உடையவர்களாக இருந்துள்ளனர் எனக் கல்வெட்டுச் செய்திகள் குறிப்பிடுகின்றன.

வலங்கை - இடங்கைப் பிரிவினர்

சோழர் காலத்தில் ஓங்கி வளர்ந்த இவ்விரு பிரிவினருக்குமிடையே உருவான கடும் பூசல்கள் விசயநகரப் பேரரசுக் காலத்திலும் வளர்ந்து ஆங்கிலேயர் ஆட்சியிலும் தொடர்ந்தது. இவ்விரு பிரிவுகள் எவ்வாறு தோன்றின என்பதை அறிஞர்கள் விளக்கியுள்ளனர்.

இடங்கை வகுப்பினரின் பூர்வீகம் குறித்துச் சில செய்திகள் மூன்றாம் குலோத்துங்கன் கல்வெட்டு ஒன்றில் உள்ளது. காசியப்பரின் வேள்வியைக் காக்க அக்கினிக் குண்டத்திலிருந்து இவர்கள் சிருஷ்டிக் கப்பட்டனர் என்றும், பிறகு சோழ அரசன் அரிமந்தமன் காலத்தில் சோழ நாட்டில் குடியேறினர் என்றும் அக்கல்வெட்டுக் கூறுகின்றது. மேலும் அந்த அரசர் அந்தவர் வேதி என்னும் பகுதியிலிருந்து அந்தணர்களை வரவழைத்தார் என்றும் அவர்களோடு சேர்ந்து இடங்கை வகுப்பினர், குடை முதலிய தங்களுடைய சிறப்புப் பொருள்களை ஏற்றி இங்கு குடியேறினர் என்றும் சொல்லப்பட்டிருக் கின்றது (நீலகண்டசாஸ்திரி 2013: 724).

மூன்றாம் குலோத்துங்கனின் 48ஆம் ஆட்சியாண்டு கல்வெட்டு ஒன்றில் மூன்றாம் குலோத்துங்கனுக்குக் கரிகாலன் என்ற பெயரும் வழங்கியிருந்தது வெளிப்படுகிறது. ஆகவே மூன்றாம் குலோத்துங்கன் காலத்தில் இப்பாகுபாடு வகுக்கப்பட்டதென்றும் சிலர் கூறுவர். சோழன் பூர்வ பட்டயம் ஒன்று 98 சாதிகள் எவ்வாறு தோன்றின என்பதைப் பற்றிக் கூறியுள்ளது. ஆதிகாலத்தில் நாட்டில் நான்கு வருணங்களே இருந்தன. கலி வருடம் 1446இல் ஒவ்வொரு வருண மும் நான்கு நான்கு சாதிகளாகப் பிரிந்தன. அந்த நான்கு சாதிகளும் 24 உபசாதிகளாகப் பிரிந்தன. இவ்வாறு 96(4×24) சாதிகள் ஏற் பட்டன. அவற்றோடு பறையர், மாதிகர் அல்லது சக்கிலியர் என்ற தாழ்ந்த குலத்தாரும் சேர்ந்து 98 சாதிகளாயின என அப்பட்டயம் தெரிவிக்கிறது (இராசேந்திரன் 1991: 59).

காஞ்சிபுரத்தில் உள்ள கல்வெட்டு (341/1907; 393/1921; S I I VI 33; S II W40; 206/1904) ஒன்று சோழ மன்னன் கரிகாலனிடம் (மூன்றாம் குலோத்துங்கனிடம்) இப்பிரிவினர் தங்கள் வழக்கை எடுத்துரைக்க வந்தனர் என்றும், அவர்களுள் ஒரு பிரிவினர்

மன்னனின் வலக்கைப் பக்கமிருந்து வழக்குரைத்தனர் என்றும், மற்ற பிரிவினர் அரசனின் இடக்கைப் பக்கமிருந்து அதை மறுத் துரைத்தனர் என்றும் குறிப்பிடுகிறது. இடப்புறம் அமர்ந்தோர் இடங்கையர் எனவும், வலப்புறம் அமர்ந்தோர் வலங்கையர் எனவும் வழங்கப்பட்டிருக்கக்கூடும். காஞ்சிபுரத்தில் இம்முறை நெடுங் காலமாக வழக்கில் இருந்தாக அறியமுடிகிறது. காஞ்சிபுரத்தில் வலங்கை - இடங்கைக் கோயில், வலங்கை - இடங்கை மண்ட பங்கள், வலங்கை - இடங்கைத் தேவரடியார்கள் என்ற பாகுபாடு காணப்பட்டது குறிப்பிடத்தக்கதாகும். காஞ்சிபுரத்தில் இருந்த வலங்கை - இடங்கை பிரிவினர் ஒரே கோயிலில் வழிபடுவதில்லை, மதச் சடங்குகளுக்கும் ஒரே மண்டபத்தைப் பயன்படுவத்துவதில்லை என்ற முடிவில் வாழ்ந்தனர் என்பதைச் சில கல்வெட்டுச் *(464/1911)* செய்திகள் குறிப்பிடுகின்றன.

இதைத் தவிரச் சோழ மன்னர்களின் ஆட்சியில் படைப் பிரிவில் இவ்விருவரும் தனித்தனிப் பிரிவாக இருந்துள்ளனர். அரசன் இவர் களை இடங்கை மாசேனை என்றும், வலங்கை மாசேனை என்றும் அழைத்தார். அவற்றில் ஒன்றான மூன்றுகை மகாசேனை மூன்று பிரிவுகளாக அமைக்கப்பட்டிருந்தது.

வேளாண்மை செய்பவர்கள், வணிகர்கள், சிறு தொழிலாளர்கள் வலங்கைப் பிரிவில் இருந்தனர். இடங்கைப் பிரிவில் கோயில் பணி யாளர்கள் இருந்தனர். பெருந்தனத்து வலங்கை மகாசேனையினர் படையினர்க்குச் சிறப்பிடம் அளிக்கப்பட்டது. இவ்விரு பிரிவினருக்கும் அரசாங்கமே வாழ்க்கைக்குத் தேவையான அனைத்து வசதிகளையும் செய்து கொடுத்தது. வலங்கை, இடங்கைப் பிரிவுகள் ஊழியம் செய்ய ஏற்பட்ட பிரிவுகளாகும். திருநெல்வேலி மாவட்டத்தைச் சேர்ந்த அம்பாசமுத்திரத்தை அடுத்துள்ள திருவாலீச் சுரத்திருக்கும் அரியதொரு கல்வெட்டு ஒன்று மூன்று கை மகாசேனையைப் பற்றிக் குறிப்பிட்டுள்ளது. இப்படையினர் கடல் கடந்து கிழக்கே சென்று ஈழத்திலுள்ள மாந்தோட்டத்தை அழித்தனர். குடமலை நாட்டைக் கைப்பற்றினர். சாளுக்கியரைப் புறங்காட்டி ஓடச் செய்தனர். இம்மகா சேனையினர் பாண்டிய நாட்டில் தங்கியிருந்த அஞ்சா நெஞ்சம் படைத்த வீரர்கள் என்றும் குறிக்கப்படுகின்றனர். மேலும் படையைப் பாண்டிய நாட்டின் பகுதிகளில் நிறுத்தினர். இவ்வகைப் படை 'மௌல' என அர்த்த சாஸ்திரத்தில் கூறப்பட்டுள்ளது (தங்கசுவாமி *2003: 13)*.

முதலாம் இராசராச சோழன் கி.பி.988ஆம் ஆண்டு முதன் முதலில் படையெடுத்து சேர, பாண்டிய நாடுகளை வென்று தன் ஆட்சிக்குள் கொண்டு வந்தான். இந்தப் படையெடுப்பில் மூன்றுகை மகாசேனை கலந்து கொண்டது இப்படையின் முக்கிய நிலையான பிரிவு பெருந்தனத்து வலங்கை மகாசேனையாகும். இப்படைகளைப் பற்றிப் பெருங்குளம் திருவழுதீசுவரர் கோயில் கல்வெட்டுகள் கூறுகின்றன (E.R.C. 167, 1905, 117, 1909, 188/19925, 210, 229, 231, 232, 242/1932-33) இப்படையினருக்கு வாழ்நாள் முழுவதும் தேவையான அனைத்து வசதிகளையும் மன்னனே செய்து கொடுத்தான் என்றும் கூறப்பட்டுள்ளது. இடங்கைப் பிரிவில் கம்மாளரும், பல்வேறு கைத்தொழில்கள் புரிந்த சமூகத்தாரும், வாணிகம் செய்தோரும் இடம்பெற்றிருந்தனர் எனத் தெரிகிறது. இப்பிரிவிற்குக் கம்மாளர்கள் தலைமை ஏற்றிருந்தனர் என்பதை இடங்கை, வலங்கைச் சாதியார் வரலாற்றுச் சுவடி கூறுகிறது. மேலும் இடங்கையினரின் தோற்றம் பற்றி ஊற்றத்தூரில் உள்ள மூன்றாம் குலோத்துங்கனின் 40ஆவது ஆட்சியாண்டு கல்வெட்டு விளக்கமளிக்கிறது.

சோழ மன்னன் இவ்விரு பிரிவினருக்கும் சில உரிமைகளையும் கடமைகளையும் வகுத்துக் கொடுத்திருந்தார். அவ்வலங்கைச் சாதிகளின் உரிமைகள் குறித்துப் பின்வரும் பகுதிகளில் காணலாம்.

வலங்கைச் சாதி உரிமைகள்

வலங்கை, கவரைச் செட்டி தெரு வாசலில் பந்தல் போட்டுக் கொள்ளவும், பந்தலுக்கு வாழைக்குலை, பாக்கு கட்டிக் கொள்ளவும், நல்மேளம், பெரிய மேளம், தப்பு, கொம்பு, நகரபற மேளம், தாரை, சங்கு ஆகியவற்றைப் பயன்படுத்திக் கொள்ளவும் மாப்பிள்ளையும், பெண்ணும் பட்டாடைகள், ஆபரணங்கள் அணியவும், ஊர்வலத்திற்கு யானை, வெள்ளக் குதிரை, பல்லக்குகளில் வரவும் அனுமதிக்கப்பட்டனர். சாணன், வலையன், வண்ணான், தமிழ் அம்பட்டன், திருமணத்திற்கு வாழைக் குலை கட்டவும், மேளத்துடன் திருமணம் நடத்தவும், மாப்பிள்ளையும் பெண்ணும் குதிரை மேல் தெருக்களில் சுற்றி வரவும் அனுமதி அளிக்கப்பட்டது. தெலுங்கு அம்பட்டன் மேற்கூறியவற்றுடன் சங்கீத மேளம் வைத்துக் கொள்ளலாம் (முருகையன் 1999: 147).

பறையர் தெருவில் பந்தல் போட்டு அப்பந்தலுக்கு வெள்ளை சிவப்புச் சேலை கலந்து கட்டவும், மேளம், தப்பு அடிக்கவும்,

வாழைப்பந்தல் கட்டிக் கொள்ளவும் உரிமை இருந்தது. பெண்ணும், மாப்பிள்ளையும் குதிரை மேல் உட்கார்ந்துகொண்டு தீவட்டியுடன் அவரவர் குடியிருக்கும் தெருவில் சுற்றி வரலாம். மேலும் சுண்ணாம்புக்காரர், உப்பிலியன் ஆகியோர் யானைமேல் உட்கார்ந்து வரக் கூடாது என்றும், கோமுட்டி திருமணத்திற்கு சிவப்பு வெள்ளை சேலை கலந்து கட்டவும், வாழைப்பந்தல் போடவும் அனுமதி பெற்றனர். அவர்கள் விரும்பிய ஆடை அணிகலன்களை அணியவும், சங்கீத மேளம் வைத்துக் கொள்ளவும், ஊர்வலத்தின்போது அரசாங்கம் கூறும் பாதையைப் பின்பற்ற வேண்டும் என்று பல விதிகளும் விதிக்கப்பட்டிருந்தன. வலங்கை சாதியினருக்குப் பல உரிமைகள் அளிக்கப்பட்டிருந்த போதிலும், சாதிய அடிப்படையில் கீழ்சாதி களுக்குச் சில உரிமைகள் மறுக்கப்பட்டிருந்தன என்பதும் தெளிவாகிறது.

இடங்கைச் சாதி உரிமைகள்

சோழப் பேரரசு காலத்தில் வலங்கையினருக்குச் சில உரிமைகள் வழங்கப்பட்டிருந்தைப் போல் இடங்கையினருக்கும் சில உரிமைகள் வழங்கப்பட்டிருந்தன. அதன்படி இடங்கையில் உள்ள கைக்கோளர், பள்ளி, படையாச்சி, மறவர் போன்றோர்கள் தாம் விரும்பிய வண்ணம் மணம் செய்து கொள்ளவும் அவரவர் வீட்டில் நடக்கும் திருமண நிகழ்வுக்கு அவர்கள் விரும்பிய இசைக் கருவிகளைப் பயன்படுத்திக்கொள்ளவும் உரிமைகள் வழங்கப்பட்டிருந்தன. இதைத் தவிர இவ்விருவருக்கும் சில வரிகள் விதிக்கப்பட்டிருந்தன.

கோயிலுக்கு அளிக்கப்படும் நன்கொடை (வரி) 'மகன்மை' எனப் பட்டது. சுங்கவரி வணிகர்களிடமிருந்து தண்டல் செய்யப்பட்டது. இதனால் வணிகர்கள் பெருமளவு பாதிப்படைந்தனர். வணிகர்கள் இடங்கைப் பிரிவினர் ஆவர். எனவே இடங்கைப் பிரிவினர் ஒட்டு மொத்தமாகக் கிளர்ந்தெழுந்து எதிர்த்தனர். பல கோயில்களையும், வீடுகளையும் இடித்தனர். இப்பிரச்சினையைச் சமாளிக்க முடியாமல் குலோத்துங்கச் சோழன் சுங்க வரியை நீக்கினான். இதனால் 'சுங்கம் தவிர்த்த சோழன்' எனப் பெற்றான். ஒரு சமயம் இத்தகைய சாதிச் சண்டையில் வீரராசேந்திர சோழன் மகனான ஆதிராசேந்திரன் கொல்லப்பட்டான். இவனைக் கொன்றவர்கள் இடங்கை சாதிப் பிரிவினர் ஆவர். இவ்வாறு அரசனையே கொல்லும் அளவுக்கு வலங்கை, இடங்கை சாதி சண்டை வலுத்தது.

வலங்கை - இடங்கைச் சாதிகளின் பெயர்ப் பட்டியல்

அரசு கீழ்த்திசைச் சுவடிகள் நூலகத்தில் மெக்கன்சி தொகுத்த இடங்கை - வலங்கை சாதிகளின் பெயர் பட்டியல் பின்வருமாறு.

வலங்கைச் சாதிகள்

1. னம்பி குடிகள்
2. செட்டியள்
3. வெள்ளாழர்
4. சோகு வளஞ்சியர்
5. சங்கறு கவறைகள்
6. கலிம்பு செட்டிகள்
7. தெலிங்கு செட்டிகள்
8. கோயிலான்
9. கீழ்மை யுடையான்
10. மாலுமி
11. வீறணுக்கன்
12. மலை தாங்கி
13. பட்டையர்
14. அறச மக்கள்
15. னாட்டுக்கு பிறந்தான்
16. ஏழகத்தார்
17. கங்கர்
18. விலாடர்
19. மலையாளர்
20. துளுவர்
21. நத்த மக்கள்
22. மலையின மான்கள்
23. சூனிமான்கள்
24. கடிகையார்
25. சாதி அம்மட்டர்
26. கன்னிடியச் சேணியர்
27. நொறுவாளர்
28. மறவர்
29. மாசிலவர்
30. மயிலாடிகள்
31. காலுவர்
32. பூலுவர்
33. ஊறாளிகள்
34. பக்கத்தார்
35. வைகானசர்
36. அனுகூலர்
37. ஓலைக்குடயார்
38. ஓடமுடயார்
39. னாறணங் காத்தான்
40. னாத்தட்டங்கார்
41. குசவன்
42. பாரிசிவன்
43. யியாமளன்
44. உவச்சன்

45. கழியன்
46. யிலை பழுதிவோன்
47. அளவன்
48. பரம்பன்
49. கொல்லன்
50. தச்சன்
51. தட்டான்
52. கன்னான்
53. கல்தச்சன்
54. வில் தச்சன்
55. மறவன்
56. கட்டிக் கருமான்
57. பனையான்
58. தாசுவன்
59. னாவிதன்
60. சேணியன்
61. பச்சை னாடர்
62. சேடர்கள்
63. குறுங்கர்
64. மேதகாறர்
65. மலைக் குறிஞ்சி னாடர்
66. மன்னாடிகள்
67. கொட்டியர்
68. மெத்தலியர்
69. கயிலை குலைகாறர்
70. காவாதிகள்
71. புனத்தினர்
72. பொருந்தர்
73. விட்டலவார்
74. ஓட்டர்
75. குவளை கிழவர்
76. மாலை காரர்
77. சான்றான்
78. உறைகாரர்
79. யிருளர்
80. குறவர்
81. குளுவர்
82. நுனையர்
83. வலையர்
84. சோனகர்
85. கடலுவர்
86. பாதைகாரர்
87. பட்டணவர்
88. ...
89. பண்டை பாகர்
90. ஆயிலியர்
91. கீழாயர்
92. தும்பர்
93. செம்மார்
94. கற்ணிகர்
95. கோவியர்
96. வங்கரர்
97. யிளமையர்
98. வனையாகற்

இடங்கைச் சாதிகள்

1. வையவர்
2. அலகர்
3. பவுந்தர்
4. அஸ்த்திர தாரிகள்
5. பட்டுடையான்
6. காயக்குடி மரையோன்
7. குடும்பர்
8. ஆரியர்
9. அபிமான பூஷணர்
10. வேலாடியர்
11. தூத பிராமணர்
12. பறாதர்
13. மருந்த பிராமணர்
14. ஊர் பிராமணர்
15. ஸ்ரீகரிணத்தார்
16. காவரிகள்
17. மஹாமந்திரிகள்
18. தேவசேனன்
19. யெண்ணியத்தான்
20. வன்னியத்தான்
21. வாள் எடுப்பான்
22. அம்பணவன்
23. வளக்கை கோளன்
24. வாணிய நகரத்தான்
25. மட்டைய கண்டன்
26. முகட்டேவி
27. அரசுபள்ளி
28. முன்னுதாரத்தில் கள்ளயப் பள்ளி
29. வஞ்சி னாடர்
30. மலைக் குறவர்
31. கள்ள மக்கள்
32. கமகண்டர்
33. ஆனைமேற் பாகர்
34. குதிரைமேற் பாகன்
35. முத்தணியாயற்
36. யிளைய நியாயம்
37. கொஞ்சிக்குறி நெய்யர்
38. சோழியப் பள்ளி
39. கொல்லையுங் கொண்டு மீன் பிடிக்கும் சோழிய பள்ளி
40. சிறுமணி வலை வீசும் சிவன் படபள்ளி
41. கோயிலங்காடிகள்
42. சன்றிசேர் சாலியர்
43. உருத்திர சாலியர்
44. செங்கொந்த சாலியர்
45. வேட சாலியர்
46. செக்காடு வாணியர்
47. சேனையங்காடிகள்
48. கோட்டைப் படையிலார்
49. தபுலர்
50. கோமுட்டிகள்
51. கொற்றி
52. முக்குவர்
53. முத்துக்குளிப்பார்
54. முத்த ஒள்ளியார்

55. சந்தனர் எறிவார்
56. ...காறர்
57. கன்னகாறர்
58. சங்குகட்டும் மாறமங் கொல்லியார்
59. கலைகாறர்
60. புலிகாறர்
61. கன்னிகார்
62. வேட்டைக்காரர்
63. புல்வேடர்
64. புனல் வேடர்
65. குன்றவேடர்
66. திருவேடர்
67. கானவேடர்
68. கறக்கஞ்சி வேடர்
69. புவிக்குடி முத்தறையர்
70. காடு கார்பான்
71. யிருசன்
72. ஒத்தர்
73. உடுக்கர்
74. கறையார்
75. கண்ம சுடர்
76. யீர்வாள்க் கொண்டு மறமறுக்கு மேனாதி
77. கறைத்தறி நெய்யவார்
78. நூள்த்திரி நெய்யவார்
79. பட்டணத்தறி நெய்யவார்
80. விளிம்பற்
81. ப...னர்
82. பாடு மதங்கர்
83. கம்மகாரர்
84. சீனர்
85. பாறாத்தார்
86. துலுக்கர்
87. திமிலர்
88. குண்..லர்
89. அப்பிடுகாறர்
90. தீயிலிடுகாறர்
91. மு முருசிகள்
92. பலியர்
93. பலகுருஞ்சிப் பலியர்
94. குழையர்
95. கங்காறணன்
96. முகம்பழி யீல்லாதார்
97. சக்கிலி
98. ...

இவ்வாறாக சோழப் பேரரசுக் காலத்தில் சாதிகளின் எண்ணிக்கை அதிகமானதோடு பல உட்பிரிவுகளும் தோன்றி மக்களிடையே பல விதமான ஏற்றத்தாழ்வுப் பிரிவுகளை உண்டாக்கியது. வலங்கை, இடங்கைப் பிரிவின் தோற்றம் பற்றிப் பல குழப்பங்கள் ஏற்பட்டதால், அம்மக்கள் பலவாறாகப் பிளவுற்றுக் காணப்பட்டனர். சாதியச் சண்டைகளும், மோதல்களும் ஆங்காங்கே நிகழ்ந்தன என்பதைக் கல்வெட்டுச் சான்றுகளும் தெரிவிக்கின்றன.

6. பாண்டியர் காலம்

சோழப் பேரரசு கி.பி.12ஆம் நூற்றாண்டின் இறுதியில் வீழ்ச்சியுற ஆரம்பித்தது. அத்துடன் பாண்டியர்கள் தங்களின் பேரரசை உருவாக்கிக் கொண்டனர். பாண்டிய மன்னர்களும் மனு தர்மத்தை அடிப்படையாகக் கொண்டே ஆட்சி செய்தனர் என்பதற்கு அவர்களுடைய மெய்க்கீர்த்திகள் சான்றாக உள்ளன. முதலாம் மாறவர்மன் சுந்தரப் பாண்டியன் தன்னுடைய கி.பி.1220ஆம் ஆண்டு மெய்க் கீர்த்தியில்,

"மூவகைத் தமிழும் முறைமையில் விளங்க...
நால்வகை வேதமும் நவின்றுடன் வளர...
ஐவகை வேள்வியும்...
அறு வகைச் சமயமும்... சிறக்க"

என்று கூறுவதிலிருந்து பாண்டியர்கள் தொடக்க காலம் முதலே மனுவை மையமாக வைத்தே ஆட்சி நடத்தியுள்ளனர் என்பதை உணரமுடிகிறது. பாண்டியப் பெருவேந்தர் காலச் சமுதாயம், சாதியின் அடிப்படையிலே அமைந்திருந்தது. இக்காலகட்டத்தில் பல புதிய சாதிகள் தோன்றின. இந்த அமைப்புகள் அந்தந்தச் சாதியினரின் நலன்களைப் பாதுகாப்பதில் பெரிதும் ஆர்வம் காட்டின.

பாண்டியர் காலச் சாதியப் பிரிவுகள்

பாண்டியப் பெருவேந்தர் காலத்தில் பிராமணர்கள் சமுதாயத்தில் உயர்ந்த மதிப்பும் செல்வாக்கும் பெற்றுத் திகழ்ந்தனர். இவர்கள் வேதங்கள், சாத்திரங்கள் ஆகியவற்றை நன்கு கற்றுப் பண்டிதர்களாகத் திகழ்ந்தனர். இக்காலகட்டத்தில் பிராமணர்களில் சைவப் பிராமணர்கள், வைணவப் பிராமணர்கள் என இரண்டு பெரும் பிரிவினர் இருந்தனர். சைவப் பிராமணர்கள் சிவாச்சாரியர்கள் என்ற பட்டப் பெயரையும், வைணவப் பிராமணர்கள் ஜீயர்கள் என்ற பட்டப் பெயரையும் சூட்டிக் கொண்டனர்.

பாண்டிய நாட்டில் தென்னிந்தியாவின் பற்பல பகுதிகளைச் சேர்ந்த பிராமணர்கள் வாழ்ந்தனர். முதலாம் சடையவர்கள் குலசேகரனின்

(கி.பி.1190) கல்வெட்டு மலையாளப் பிராமணர்கள், கன்னடப் பிராமணர்கள் ஆகியோரும் பாண்டிய நாட்டில் இருந்தனர் என்று குறிப்பிடுகின்றன. இக்காலகட்டத்தில் பிராமணர்கள் பற்பல கோத்திரங்களைச் சார்ந்திருந்தனர். அக்கோத்திரங்களில் குறிப்பிடத் தக்கவை பாரத்வாச கோத்திரம், வசிட்ட கோத்திரம், காசியப கோத்திரம், வச்சிய கோத்திரம், அகத்திய கோத்திரம், ஆத்திரேய கோத் திரம், இரதிதார கோத்திரம், கௌதம கோத்திரம் போன்றவையாகும்.

வேதங்களில் தேர்ச்சி பெற்ற பிராமணர்களுக்கு வரி நீக்கம் செய்து வாழ்விடங்கள் கொடுக்கப்பட்டன. அவை பிரம்மதேயம், அகரம், சதுர்வேதி மங்கலம் என அழைக்கப்பட்டன. முதலாம் சடையவர்மன் சுந்தரப் பாண்டியன் தனது 13ஆம் ஆட்சியாண்டில் 108 பிராமணக் குடும்பங்கள் வாழ்வதற்கு 'விக்கரம பாண்டிய சதுர்வேதி மங்கலம்' என்ற புதிய கிராமத்தை உருவாக்கிக் கொடுத்தான் எனக் கல்வெட்டுகள் கூறுகின்றன. இந்த விக்கிரம பாண்டிய சதுர்வேதி மங்கலம் அமைக்க சிதம்பரத்திற்கு அருகில் உள்ள புளியங்குடி என்ற கிராமத்தில் 117-3/4 வேலி நிலம் வாங்கப்பட்டது. ஒவ்வொரு பிராமணருக்கும் ஒரு வேலி நிலம் வீதம் 108 வேலி நிலம் கொடுக்கப் பட்டது. எஞ்சிய நிலப்பகுதி அக்கிராமத்தில் இருந்த மருத்துவர், நாவிதர், கிராமக் கணக்கர், பறையர், குயவர், கருந்தட்டான், பொற் கொல்லர், வண்ணான், கிராமக் காவலர், கிராமத்து வெட்டியான் ஆகியோருக்குப் பகிர்ந்தளிக்கப்பட்டது. இவ்வாறாகப் பிராமணர்கள் தனித்த பகுதியில் சிறப்புடன் வாழ்ந்தனர்.

வணிகர்

பாண்டியப் பெருவேந்தர் காலத்தில் வணிகர்கள் பலர் இருந்தனர். தாங்கள் விற்ற பொருட்களின் அடிப்படையில் வணிகர்கள் பற்பல பிரிவுகளால் பிரிக்கப்பட்டிருந்தனர். துணி விற்ற வணிகர்கள் 'அறுவை வணிகர்கள்' எனவும், தானியங்களை விற்றவர்கள் 'கூல வணிகர்' எனவும், உப்பு விற்ற வணிகர்கள் 'உமணர்கள்' எனவும், குதிரைகளை விற்ற வணிகர்கள் 'குதிரைச் செட்டிகள்' எனவும், எண்ணெய் விற்ற வர்கள் 'செக்கு வணிகர்' எனவும், முத்து, மணி விற்றவர் 'மணி வணிகர்கள்' எனவும், வெற்றிலை விற்றவர்கள் 'இலை வணிகர்' எனவும் பெயர் பெற்றிருந்தனர்.

வணிகர்கள் வாழ்ந்த இடங்கள் தாவளம், நகரம், புரம், பட்டினம் என அழைக்கப்பட்டன. இவர்கள் வாழ்ந்த தெருக்களின் பெயர்கள்

கல்வெட்டுகளில் குறிப்பிடப்பட்டுள்ளன. அவை நியாய பரிபாலனப் பெருந்தெரு, உலகுய்ய வந்த பாண்டியப் பெருந்தெரு, அரசநாராயணப் பெருந்தெரு, ஐந்நூற்றுவப் பெருந்தெரு, செயங்கொண்ட சோழப் பெருந்தெரு எனப்பட்டன.

வேளாளர்

வேளாளர்களில் பெரும்பான்மையானவர்கள் உழவையே முக்கியத் தொழிலாகக் கொண்டிருந்தனர். சில வேளாளர்கள் கால்நடை வளர்ப்பிலும், நெசவுத் தொழிலிலும் ஈடுபட்டிருந்தனர். வேறு சிலர் அரசனின் அதிகாரிகளாகவும் படைத் தலைவர்களாகவும் இருந்துள்ளனர். வேளாளர்களைப் பற்றிய மெய்க்கீர்த்தி ஒன்று இவர்களை, 'ஐம்பொழில் பரமேசுவரின் புதல்வர்கள்' என்றும், 'பூமிபுத்திரர்கள்' என்றும் குறிப்பிட்டுள்ளது. இவர்கள் கலப்பையைக் கடவுளாக வழிபட்டனர். அதையே நீட்டல் அளவையாகும் பயன்படுத்தினர். பாண்டிய மன்னன் வீர பாண்டியன் (கி.பி.1253) பூமி புத்திரன் என்ற பட்டப் பெயர் பெற்றிருந்தான். ஆகவே அவன் வேளாளர்க்கு ஆதரவாக இருந்துள்ளான் என்பதை அறியமுடிகிறது.

கம்மாளர்

கம்மாளர்கள் ஐந்து உட்பிரிவுகளாகப் பிரிந்து காணப்பட்டனர். கொல்லன், தச்சன், தட்டான், கன்னான், கல்தச்சன் என்ற பிரிவினர் இருந்தனர். மனுவின் கூற்றுப்படி இவர்கள் சத்திரிய ஆண்களுக்கும், வைசியப் பெண்களுக்கும் பிறந்தவர்கள். இந்த ஐந்து பிரிவினரும் விசுவகர்மாவின் ஐந்து புதல்வர்களாகிய மனு, மாயன், சில்பன், திவித்திரன், வெய்வகன் ஆகியோரின் வழிவந்தவர்களாகக் குறிப்பிடப்படுகின்றனர். கம்மாளர் கோயில் கட்டும் பணியில் ஈடுபட்டிருந்தனர். கோபுரங்கள் கட்டுதல், சிலை செய்தல், தேர் செய்தல், ஆபரணங்கள் செய்தல், உலோகப் பாத்திரங்கள் செய்தல் ஆகிய பணிகளை இவர்கள் கோயில்களில் செய்தனர். கி.பி.12ஆம் நூற்றாண்டில் இவர்களுக்குக் கோயில் பணியைப் பாராட்டி சமுதாயத்தில் உயர்ந்த மதிப்பு அளிக்கப்பட்டது. பிராமணர்களைப் போலக் கம்மாளர்களும் பூணூல் அணிந்துகொள்ளும் உரிமையும் பெற்றனர்.

கைக்கோளர்

கைக்கோளர்கள் நெசவுத் தொழிலைச் செய்தனர். இங்குக் 'கை' என்ற சொல்லும் 'கோள்' என்ற சொல்லும் சேர்ந்து 'கைக்கோள்' என்ற

சொல் உருவாயிற்று. கோள் என்பது தறியில் குறுக்கு நூலிழையைத் தாங்கிச் செல்லும் கருவியைக் குறிக்கும். கைக்கோளர் என்ற சொல்லே இவர்களின் தொழில், நெசவுத் தொழில் என்பதை உறுதி செய்கிறது. இவர்களில் சிலர் கோயில்களில் பணியாளர்களாக இருந்துள்ளனர். இவர்கள் கோயிலைச் சுற்றியுள்ள தனிக்குடியிருப்பில் வாழ்ந்துள்ளனர். சிதம்பரத்தில் காணப்படும் மாறவர்மன் வீரபாண்டியன் கல்வெட்டு கைக்கோளர் சிதம்பரம் நகரத்தில் 'தெரியவர நின்ற பெருமாள்புரம்' தனித்த குடியிருப்பில் வாழ்ந்தனர் என்று விக்கிரம பாண்டியனின் (கி.பி.1334) கல்வெட்டுகளில் வெளியிடப்பட்டுள்ளது.

இடையர்

பாண்டியப் பேரரசுக் காலத்தில் இடையர்கள் கோன், கோனார், மன்றாடிகள் என அழைக்கப்பட்டனர். இவர்கள் தனித்த குடியிருப்பு களில் வாழ்ந்தனர். அப்பகுதி ஆயர்பாடி, ஆயக்குடி, துவாரபதி என அழைக்கப்பட்டது. இவர்கள் கால்நடை மேய்ப்பதை முக்கியத் தொழி லாகக் கொண்டிருந்தனர். இடையர் குல ஆண்கள் ஆடு, மாடுகளை மேய்ச்சலுக்கு ஓட்டிச் செல்வர். இடையர் குலப் பெண்கள் தயிர், வெண்ணெய், நெய் ஆகியவற்றைத் தயார் செய்து விற்றனர். சிலர் பசுக்களைக் குத்தகையாகப் பெற்றுக்கொண்டு அதற்கு ஈடாகக் கோயில்களில் விளக்கெரிக்கத் தேவையான நெய்யைக் கொடுத்தனர். அவர்களைப் பற்றி மெய்க்கீர்த்தி 'நந்தபுத்திரர்கள்' என்றும் கூறி யுள்ளது.

பறையர்

பறையர்கள் பாண்டியப் பேரரசுக் காலத்தில் நிர்வாகத்தில் முக்கியப் பங்கு வகித்துள்ளனர். அரசின் ஆணைகளைப் பறையொலி எழுப்பி மக்களுக்குத் தெரிவித்தனர். கோயில்களில் நிரந்தரப் பணி யாளர்களாக நியமிக்கப்பட்டிருந்தனர். சிலர் விவசாயத் தொழிலாளர் களாகவும், வீட்டு வேலைக்காரர்களாகவும், வேறு சிலர் சடலங் களுக்குப் புதைகுழி வெட்டுதல், வேட்டையாடுதல், காவல் பணி செய்தல், துப்புரவு செய்தல், மண்பாண்டங்கள் செய்தும் வந்தனர். இவர்கள் வாழ்ந்த பகுதி பறைச்சேரி என்று அழைக்கப்பட்டது.

குறிப்பாக முதலாம் சடையவர்மன் சுந்தர பாண்டியனின் கல் வெட்டு பாண்டிய அரசியின் பெயரில் 'புவனமுழுதுடையாள்சேரி' என்ற பறையர் குடியிருப்பு இருந்ததைக் குறிப்பிடுகிறது (இராசேந் திரன் 2000: 120).

வலங்கை - இடங்கைப் பிரிவுகள்

சோழப் பேரரசுக் காலத்தில் உருவான வலங்கை, இடங்கை சாதிப் பிரிவுகள் பாண்டியப் பெருவேந்தர் காலத்தில் தொடர்ந்து நீடித்து இருந்தன. ஒவ்வொரு பிரிவிலும் 98 சாதிகள் இருந்தன. இவர்களைப் பற்றிச் சோழர் காலத்துக் கல்வெட்டுகளில் பல செய்திகள் காணப்படுகின்றன. ஆனால் பாண்டியப் பேரரசுக் காலத்தில் வெளியிடப்பட்ட கல்வெட்டுகளில் இவர்களைப் பற்றிய செய்திகள் குறைவாகவே உள்ளன.

முதலாம் சடையவர்மன் சுந்தரபாண்டியன் வெளியிட்ட ஒரு கல்வெட்டு, ஒருங்கிணைந்த தஞ்சாவூர் மாவட்டத்தில், நன்னிலம் வட்டம் திருப்புகலூரில் காணப்படுகிறது. இதில் வலங்கை, இடங்கைப் பிரிவினர்களுக்கிடையே ஏற்பட்ட ஓர் உடன்பாடு குறிப்பிடப்படுகின்றது. இரு பிரிவினரிடையே இருந்த சமூகக் கேடுகளைக் களைவதற்குச் சில சட்டங்கள் இயற்றப்பட்டதாகக் கல்வெட்டுகள் குறிப்பிடுகின்றன. இக்கல்வெட்டில் இருந்து வலங்கை, இடங்கைப் பிரிவுகள் பாண்டியப் பேரரசுக் காலத்தில் இருந்தன என்பது உறுதியாகிறது.

இவ்வாறாகப் பாண்டியப் பேரரசு காலத்தில் பல புதிய சாதிகள் தோற்றம் பெற்றன என்பதை பல்வேறு சான்றுகள் மூலம் அறியலாம்.

7. விசயநகரப் பேரரசுக் காலம்

பிற்காலப் பாண்டியர்களின் ஆட்சி வீழ்ச்சியடைந்ததும், தமிழகத்தில் அயலார் ஆதிக்கம் ஏற்பட்டது. அதில் குறிப்பிடத் தக்கதாக விசயநகரப் பேரரசு இருந்தது. விசயநகரப் பேரரசைத் தோற்றுவித்த பெருமை முதலாம் அரிகரன் என்பவரைச் சாரும். மேலும் தமிழகத்தில் விசயநகர ஆட்சி மையப்படுத்தப்பட்ட நிலையான ஆட்சியாக அமைந்தது.

சோழர்கள் காலத்தில் ஒவ்வொரு கிராமமும் நிலப்பிரபுக்களின் கூட்டமைப்பிற்குரிய சபா, ஊர், நாடு போன்றவைகள் மூலம் இருந்த பராமரிப்பு மற்றும் செயல்பாடுகள் விசயநகர அரசின் நேர் கண்காணிப்பின் மூலம் கீழ் வந்தன. நாயன்காரா அல்லது ஆயகர் முறைகள் மூலம் சோழர்கள் காலக் கிராம நிறுவனங்கள் முற்றிலும் அழிக்கப்பட்டன. இருந்தாலும் நாயன்காரா அல்லது பாளையக் காரர்கள் முறை தமிழகத்தில் ஆற்றங்கரைப் பகுதிகளில் உள்ள நிலங்களில் வெற்றிகரமாக நடைபெறவில்லை. மற்றைய கிராமங்களில்தான் அது வெற்றிகரமாக நடைபெற்றது. அக்கிராமங்கள் வறண்ட பகுதிகளில் இருந்தாலும் தமிழகத்தின் மொத்தப் பரப்பில் பாதியளவு இருந்தது (காளிமுத்து 2012: 47).

இவற்றின் விளைவுகள் வேளாண் துறையில் குறிப்பாக அடித்தள விவசாயிகளிடையே நேரிடையாக இல்லாவிட்டாலும் மறைமுகமாகப் பல மாற்றங்கள் ஏற்பட்டன. இக்காலத்தில் வேளாண் விரிவாக்கம் தெலுங்குப் பகுதியிலிருந்து அநேகர் குடியேறும்படி செய்தது. அவ்வாறு குடியேறியவர்களில் தக்காணத்தில் நடைபெற்ற முஸ்லீம் படையெடுப்புகளால் தமிழகத்திற்குப் புகலிடமாக வந்து சேர்ந்தவர்களாவர். இவை தவிர அமர நாயக்கர்கள் தங்களுடைய பகுதிகளில் அநேக தெலுங்கர்களைக் குடியேறும்படி செய்தனர். இவ்வாறு இங்குக் குடியேறிய தெலுங்கர்கள் ஏற்கனவே தங்களுடைய பகுதிகளில் உள்ள கரிசல் மண் நிலங்களில் பருத்தி, எண்ணெய் வித்துக்கள் போன்ற பணப்பயிர்கள் விளைவித்த அனுபவம் உள்ளவர்களாவர்கள். அதற்கேற்ப விசய நகர அரசும் தமிழகத்தில் கரிசல் மண் அதிகமாகக் காணப்படும் மதுரை, திருநெல்வேலி, வட ஆற்காடு,

தென் ஆற்காடு, கோவை ஆகிய பகுதிகளில் உள்ள கிராமங்களில் குடியேறினர்.

இவர்களில் இராணுவத் தொடர்புடைய ரெட்டியார்கள், நாயுடு போன்றவர்கள் நிலப்பிரபுக்களாயினர். மற்றையவர்கள் அடித்தள விவசாயிகளான உற்பத்தியில் ஈடுபடக்கூடிய சிறுநில விவசாயிகள், வாரம் தாரர்கள், விவசாயக் கூலிகள் மற்றும் பிற தொழில் செய்யக் கூடியவர்களாவர். இப்பிற தொழில்கள் செய்பவர்களில் குறிப்பிடத் தக்கவர்கள் தெலுங்கு பேசக்கூடிய குட்டையான போயர்கள் ஆவர். இவர்கள் வறண்ட நிலங்களில் எப்பொழுதாவது பெய்யும் மழையால் வரும் சிற்றாறுகளின் உபரி நீரைத் தேக்கிக் குளங்களாகவும், குளங்கள் ஏற்படுத்த முடியாத இடங்களில் கிணறுகளையும் தோண்டுபவர். குறிப்பாகப் புதிய இடங்களில் வேளாண் விரிவாக்கம் செய்யும்போது இவர்களின் பணி முக்கியமாகக் கருதப்பட்டது. இப்போயர்கள் உருவாக்கும் கிணறுகளிலிருந்துதான் தண்ணீரைப் பயிர்த்தொழிலுக்கு வெளியேற்றும் தோலால் செய்யப்படும் கமலைகள் உருவாக்கும் சக்கிலியர்கள் என்ற தெலுங்கு சாதியினர்கள் வந்து குடியேறினர். இவர்களில் கன்னடியர்களும் உண்டு. இவர்கள் அருந்ததியர்கள் என்றழைக்கப்படுகின்றனர். இம்மாதிரியானவர்களின் உதவியினால் தான் இங்குள்ள நிலங்களை ஆக்கிரமித்த தெலுங்கு நிலப்பிரபுக்கள் அவற்றைத் திருத்தி கிணறு, குளத்துப் பாசனங்களை ஏற்படுத்திப் பணப் பயிர்களை விளைவித்துத் தங்களை வளப்படுத்திக் கொண்டனர் *(மேலது: 48)*.

இவ்வாறாக ஆந்திராவிலிருந்து தமிழகத்திற்குக் குடிபெயரும் போது அம்மன்னருக்குச் சேவைசெய்யச் சில சாதிகள் தமிழகத்திற்கு இடம்பெயர்ந்தன. இவை தமிழக மக்களோடு பண்பாட்டுக் கலாச் சாரத்தில் இரண்டறக் கலந்து புதிய சாதிகள் பல தோன்றுவதற்கு வழிவகுத்தன.

விசயநகரப் பேரரசுக் காலத்தில் சாதிய நிலை

விசயநகர அரசர்கள் தர்மசாத்திர விதிகளைக் காத்து இராமராச்சியம் அமைக்க வேண்டுமென்ற நோக்குடன் இயங்கினர். அந்த இராம ராச்சியத்தில் வருணாசிரம சமூக அமைப்பையும், பிராமணர்கள் உயர்வையும் வலியுறுத்தினர். பிராமணர்களுக்குக் கொடைகள் வாரி வழங்குவதில் மன்னர்கள் மகிழ்ச்சி கண்டனர். அளவற்ற கொடை களால் அச்சுதராயர் பிராமணர்களைக் குபேரர்களாக்கினார் என்று

கல்வெட்டுச் சாசனங்கள் குறிப்பிடுகின்றன. அரசுப் பணியும், ஆலயப் பணியும், மன்னர்களுடைய ஆலோசகர் பணியும் அவர்களுடைய தனிச் சிறப்புரிமையாயின. சமூகத்தில் அவர்கள் உண்டு களிக்கும் பிரிவினராக விளங்கினர் என்பார் தி.வி. மகாலிங்கம் (செல்வம் 2011: 351).

விசயநகர ஆட்சி தோன்றியவுடன் தெலுங்கு, கன்னடப் பகுதி களிலிருந்து மக்கள் தமிழகம் நோக்கி வந்தனர். அவர்களில் முக்கிய மானவர்கள் தெலுங்குப் பிராமணர்களாவார்கள். அரசின் அரவணைப் பைப் பெற்றிருந்த அவர்கள் தங்களுடைய நட்பற்ற போக்கால் நாட்டு மக்களின் எதிர்ப்பைப் பெற்றனர் என்று பாதிரிமார்கள் கடிதங்கள் காட்டுகின்றன. தக்காணத்து இடையர் குலத்துக் கம்பளத் தார்கள் (தொட்டியன்), தமிழகத்தில் பாளையக்காரர்களாகப் புகுந் தனர். இவர்களுக்கென்ற தனிமையான சமூக அமைப்பும் பழக்க வழக்கமும் இருந்தன. அரசர்களுக்கும் செல்வந்தர்களுக்கும் உரிய பட்டாடைகள் வழங்கி வந்த சௌராட்டிரர்கள் குசராத்திலிருந்து வந்தவர்கள் எனக் கருதப்படுகின்றனர்.

அரசின் ஆதரவைப் பெற்றிருந்த சௌராட்டிரர்கள், தங்களைப் பிரா மணர் வழித் தோன்றியவர்கள் எனக் கூறி வைதீகச் சடங்குகளையும் நடைமுறைகளையும் பின்பற்றினர். எனவே பிராமணர்களுக்கும், சௌராட்டிரர்களுக்குமிடையே உரிமைப் போராட்டம் எழுந்தது. துளு நாட்டில் வேளாண்மைத் தொழிலில் ஈடுபட்டிருந்த ரெட்டியார்களும் விசயநகர ஆட்சியின் போது தமிழகத்தில் குடியேறினர். தொழிலின் அடிப்படையிலும் சாதிகள் பல்கிப் பெருகின. தங்கள் பெயர்களுடன் சாதிப் பெயர்கள் இணைக்கும் பழக்கம் கட்டாயமாக்கப்பட்டது. ஒவ்வொரு சாதியினருக்குமுடைய உரிமைகளும் கடமைகளும் வரையறுக்கப்பட்டு வேதியரால் விளக்கம் தரப்பட்டது. அப்போது வலங்கை, இடங்கைப் பாகுபாடும் இருந்தது. இடங்கைச் சாதியின் சமூக உரிமைகள் மறுக்கப்பட்டன. அவர்கள் மீது அதிகமான வரி விதிக்கப்பட்டிருந்தது. இவ்விருவருக்கும் இடையே அடிக்கடி சண்டை நிகழ்வதை 1384ஆம் ஆண்டுக் கல்வெட்டும், 1441ஆம் ஆண்டுக் கல்வெட்டு ஒன்றும் இருங்கோல் பந்திவளநாட்டு ஊர் (காவிரிக்கும் வடப்பக்கம்) மக்களின் கலகம் சமரசத்தில் முடிந்த தையும் குறிப்பிட்டுள்ளது (செல்வம் 2011: 352).

படையில் பணியாற்றும் உரிமை சில இனமக்களின் தனிச் சிறப்புரிமையாக்கப்பட்டிருந்தது. ஆலயங்களில் பணி செய்து

கொண்டிருந்த கைக்கோளர்கள் படையில் பணியாற்றும் உரிமை பெற்றனர். நெசவுத் தொழிலை முக்கியத் தொழிலாகக் கொண்டிருந்த இவ்வினத்தார் தனித் தெருக்களில் வாழ்ந்தனர். அரசுடனான தொடர் பால் பல சலுகைகளைப் பெற்றனர். இவர்கள் மீது அதிக வரி விதிக் கப்பட்ட நிலையில் கைக்கோளர்கள், கம்மாளருடன் இணைந்து வலிமை பெறத் தொடங்கினர். குறிப்பாகக் கிராம நிர்வாகப் பொறுப்பிலிருந்த வேளாண் குடியினரையும், பொற்கொல்லர் களையும் அகற்றிவிட்டுப் பிராமணர்களைக் குடியமர்த்தினர்.

இசுலாமியப் படையெடுப்பின் விளைவால் இசுலாமைத் தழுவிய மக்களின் குடியிருப்புகள் பெருகின. அவர்கள் பெரும்பாலும் வாணி பத்தில் ஈடுபட்டிருந்தனர். கடற்கரை ஓரங்களில் வாணிபத்தில் ஈடு பட்டவர்களைத் 'தமிழ் மரைக்காயர்கள்' என்றழைத்தனர். அவர் களுள் குதிரை வளர்ப்பவர்களும் இருந்தனர். குதிரை வாணிபத்தில் ஈடுபட்டிருந்த இவர்கள் 'குதிரைச் செட்டிகள்' எனப்பட்டனர்.

விசயநகர ஆட்சிக் காலம் வைணவத்தின் பொற்காலமாகும். மன்னர்களின் பேராதரவைப் பெற்றிருந்த வைணவர் வடகலை, தென்கலை என இரு கிளைகளாகப் பிரிந்து செயல்பட்டனர். சமயக் கொள்கையிலும், வழிபாட்டு முறையிலும், சமூகக் கொள்கையிலும் இவ்விரு பிரிவினரும் வேறுபட்டு நின்றனர். வடகலைப் பிரிவினர் சமற்கிருத வேதங்களை மறை நூலாகக் கொண்டு வருணாசிரமம் வகுத்த வேறுபாட்டுக்கு முக்கியத்துவம் அளித்தனர். தென்கலையினர் பிரபந்தங்களையே மறைநூலாகக் கொண்டு சாதிப் பிரிவுகளைக் கடந்த நிலையில் இயங்கினர். இவ்வாறாக விசயநகரப் பேரரசுக் காலத்தில் தமிழகத்தில் பல்வேறு சாதி மக்கள் தமிழகத்தில் குடிபெயர்ந்ததால் சமயத்தாலும் சமூகத்தாலும் பல புதிய சாதிப் பிரிவுகள் உண்டாகின.

விசயநகரப் பேரரசில் நாயக்கர் அரசர்களின் பட்டயங்களில் காணப்படும் 'வருணாசிரம தர்மங்களனுபாலித்த', 'சகல வருணாசிரம தர்மங்களனுபாலித்த' என்னும் சொற்களைக் கொண்டு, அரசர்கள் தாங்கள் வருணாசிரம தர்மத்தை நிலை நாட்டுவதில் முக்கியக் குறிக் கோளாக இருந்துள்ளனர் என்பதை அறியமுடிகிறது (ராமசாமி 2009: 14).

பிராமணர்கள்

மனு கூறியதற்கு ஏற்ப நாயக்கர் காலச் சமுதாயத்திலும் பிராமணர்கள் உயர்ந்த இடத்தில் இருந்தனர். வேதம் ஓதுதல், கல்வி

முதலியன பணிகள் இவர்களுக்குரியதாக இலக்கியங்கள் கூறுகின்றன. நான்கு வேதங்கள், இருபத்திதெட்டு ஆகமங்கள் போன்ற சமய நூல்களை அறிந்தவர்கள் பிராமணர்கள் என்கிறது கமலாலயச் சிறப்பு (108). கல்வியறிவுடையவர்களாக இருந்த பிராமணர்கள் கோயிலில் பூசை செய்வதையே தொழிலாகக் கொண்டவர்கள் என்று மதுரை சொக்கநாதருலா கூறுகின்றது.

வழிபாடு, பூசை ஆகிய தொழில்கள் மட்டுமன்றிச் சமய நெறி யோடு நேரடித் தொடர்பில்லாத பஞ்சாங்கம் பார்ப்பது பிராமணர் களின் தொழில்களில் ஒன்றாகக் குறிக்கப்படுகிறது. ராமய்யன் அம்மானை 'பஞ்சாங்கம் பார்ப்பான்' என்ற சொல்லைத் தருகிறது (7:20) அதே நூல் சத்திரியர்களுக்குரிய படைத் தொழிலையும் பிரா மணர்கள் செய்ததாகக் காட்டுகிறது. படை நடத்திச் செல்வதையும், ஆலோசனை சொல்வதையும் கடமையாகக் கொண்டு தளவாய் என்னும் பொறுப்பில் பிராமணனான ராமய்யன் இருந்துள்ளான். 'வேதியர்க் கதிகமாம் சாதியும்' (அற.சப. 55:1) என்றவாறு பிரா மணர்களே சமூகத்தில் உயர்ந்தவர்கள் என்பதோடு, அவர்களை வணங்க வேண்டும் என்றும் அவர்களுக்குத் துன்பம் செய்யக் கூடாது என்றெல்லாம் இலக்கியங்கள் பேசுகின்றன. அவற்றுள் புராணங் களும், சதகங்கள் போன்றவையும் பிராமணர்களின் பெருமையைப் பலவாறாகப் பேசுகின்றன.

சத்திரியர் என்ற வகுப்பிற்கு உட்பட்டவராக எந்தச் சாதியினரையும் குறிப்பிட்டுக் கூறமுடியவில்லை. ஏனெனில் போர்த்தொழில், பாது காப்புத் தருதல் என்பவற்றையே முழுமையான கடமையாகக் கொண்டுள்ள ஒரு சாதியையும் காணமுடியவில்லை. வேளாளர்கள் சிலர் பாளையக்காரர்களாக இருந்துள்ளனர். இருந்தபோதிலும் இவர்கள் போர்த் தொழில் செய்தவர்களாகக் குறிப்பிடவில்லை. மாறாகப் பயிர்த்தொழிலோடு இணைத்தே பேசப்படுகின்றனர். மறவர், கள்ளர் போன்ற சாதியினர் போர் செய்தலோடு, வீரத் தன்மையோடும் இணைத்துப் பேசப்படுதல் மரபாகும்.

நாயக்கர் கால இலக்கியங்களில் வைசியர் என்ற சொல்லோடு தனவைசியர், பூவைசியர் என்ற சொற்களும் கிடைக்கின்றன (வெண்பா 16-17). வைசியர்களுக்குரிய தொழிலாக மனு குறிப்பிடும் போது அவர்களுடைய தொழிலாக வணிகம் செய்தல், பயிர் செய்தல் முதலியவற்றைக் கூறுகின்றது. ஆனால் தமிழ் இலக்கியங்கள் வணிகம் செய்தலையும் அதோடு தொடர்புடைய கடன் கொடுத்தல்,

வட்டி வாங்குதல் முதலியவற்றையும் வைசியர்களுக்கு உரியதாகக் கூறுகின்றது (மேலது: 144).

பயிர் செய்யும் தொழிலோடு தொடர்புடைய ஏராளமான குழுக்கள் இருந்துள்ளன. வேளாளர் என்ற பொதுப் பிரிவிலும் தனித் தனி நிலையிலும் இச்சாதிகள் குறிக்கப்படுகின்றன. முதலியார், கவுண்டர், பள்ளர், பறையர் முதலிய சாதிகள் வேளாண்மையோடு தொடர்புற்றிருந்தன. நாயக்கர் காலத்தில் சூத்திரர் என்ற சொல்லோடு 'சத்சூத்திரர்' என்ற சொல்லும் காணப்படுகிறது. வேளாண் குழு, உழுவோரும், உழுதுண்போருமாக இருவேறுபட்ட கூட்டத்தை உள்ளடக்கியது. நிலத்தை உடமையாகக்கொண்டு அதன் பெரும் பகுதியை அனுபவிக்கும் உரிமையுடையோர், உழுவித்துண்போர் எனவும், நிலத்தில் உழைத்து அதற்குக் கூலியாக ஒரு பகுதியைப் பெற்றுக்கொண்டவர்கள் உழுதுண்போர் எனவும் குறிக்கப்படு கின்றனர். ஆனால், நாயக்கர் காலத்தில் வேளாளர் என்ற சொல், நிலத்தை உடைமையாகக் கொண்ட உழுவித்துண்போரை மட்டுமே குறிப்பதாக உள்ளது.

வேளாளர்கள் இவ்வுலகத்திற்கு 'அச்சாணி' என்றும் பிற எல்லாப் பிரிவினரையும் தாங்குபவர் என்றும் சதக நூல்கள் கூறுகின்றன. மேலும் குறிப்பிட்ட நிலப்பகுதிகளுக்கு உரிமையுடையவர்களாகச் சில சாதியைச் சேர்ந்தவர்கள் கூறப்படுகின்றனர். 'முதலியார்' என்ற சாதிப்பெயர் 'வேளாண்மையில் முதன்மை' காரணமாக ஏற்பட்டுள்ளது என்று தொண்டை மண்டலச் சதகம் உரிமை கொண்டாடுகிறது.

மறவர் என்ற சாதியினர் திருநெல்வேலிப் பகுதியிலும், சிவகங்கைப் பகுதியிலும் உழுவித்துண்போராக இருந்துள்ளதை மான்விடு தூதும், சந்திரகலா மஞ்சரியும் தெரிவிக்கின்றன. இவர்களைத் தவிர கவுண்டர், பிள்ளை முதலிய சாதியினரும் உழுவித்துண்ணும் வேளாளர்களாக இருந்துள்ளதை 'வம்சாவளிக் கைபீதூகள்' தெரிவிக்கின்றன. புதி தாகத் தமிழகத்திற்கு வருகை புரிந்து நிலவுடமையாளர்களாக மாறிய தெலுங்கர்களும் உழுவித்துண்போராக இருந்துள்ளனர். இவர்கள் 'நாயக்கர்' எனவும் 'வடுகர்' எனவும் குறிக்கப்படுகின்றனர். வணி கத்தையே முக்கியத் தொழிலாகக் கொண்ட செட்டியார், கைத் தொழிலினை முதன்மையாகக் கொண்ட தட்டார், விவசாயக் கூலி களான பறையர் முதலான சாதியினர் நிலத்திற்குச் சொந்தக்காரர் களாக இருந்த செய்தியையும் தருகிறது (திருமலை முருகன் பள்ளு. 67).

அடுத்ததாக வேளாண்மைத் தொழிலில் நேரடியாக ஈடுபட்டு உழைப்பிற்குரிய கூலியை மட்டும் பெற்றுக்கொண்ட சாதியினராகப் பெரும்பாலும் பள்ளர்கள் குறிக்கப்படுகின்றனர் (பள்ளு நூல்கள்). பள்ளர்களைத் தவிர பறையர்கள், புலையர்கள் முதலானவர்களும் குறிக்கப்படுகின்றனர். வேளாண்மைத் தொழிலில் நேரடியாக ஈடு பட்டவர்கள் 'மள்ளர்கள்' எனப்பட்டனர். பள்ளன், பறையன், புலையன் முதலான சாதிகள் கீழ்ச்சாதிகள் என்றே குறிக்கப்படு கின்றன (திரு.முரு.பள். 103). இதைத் தவிர அடிமைகள், கொத் தடிமைகள் என கூறப்படும் பள்ளர்கள் விற்கப்படும் பொருளாகவும் இருந்துள்ளனர். அடிமைகள் விற்கப்பட்ட செய்திகளைக் கூளப்ப நாயக்கன் விறலிவிடுதூது கூறுகின்றது (மேலது: 148).

கைத்தொழில் குழுக்கள்

கைத்தொழில் பற்றிய குறிப்புகள் இரண்டு தன்மைகளில் காணப் படுகின்றன. சில குழுக்கள் வேளாண்மையைச் சார்ந்தனவாகவும், சில வணிகத்தைச் சார்ந்ததாகவும் குறிக்கப்படுகின்றன. கொல்லன் கம்பியச்சு கொண்டு மெல்லிய கம்பிகளை உருவாக்குபவன் (திருவா.கே. 281). கம்பியன் பொன் வேலை செய்பவன் (கூள. காத. 110). விசுவகர்மாக்கள், கலப்பை செய்பவர்களாக வையாபுரிப் பள்ளுவில் கூறப்படுகிறது. அம்பட்டன், வண்ணான் என்ற சாதிப் பெயர்களும் இலக்கியங்களில் கூறப்பட்டுள்ளன. இவர்களின் தொழில்கள் முறையே சவரம் செய்வதும் துணி வெளுப்பதும் ஆகும் (வை.பள. 203: கயி.சத. 31). தற்காலத்தில் சாதிப் பெயர்களாகக் கருதப்படும் சில பெயர்கள் அவற்றின் தொழிலோடும், தொழிலோடு தொடர்பில்லாமலும் நாயக்கர் காலத் தமிழ் இலக்கியங்களில் காணப்படுகின்றன.

8. ஐரோப்பியர் காலம்

ஐரோப்பியர், கேரளக் கள்ளிக்கோட்டை வழியாக மதுரைப் பகுதியைக் கைப்பற்றினர். பின்னர் ஒட்டுமொத்தத் தமிழகத்தையும் தம் குடையின்கீழ்க் கொண்டுவந்தனர். தொடக்கத்தில் வணிகம் நிமித்தம் வந்த போர்த்துக்கீசியர், டச்சுக்காரர், பிரெஞ்சுக்காரர், ஆங்கிலேயர் ஆகியோர் தொடர்ந்து கடல்வழியாகப் பயணம் செய்தனர். இவ்வாறாக நீண்ட நாட்கள் பயணம் செய்யும்போது தம்முடன் பெண்களைத் துணைக்கு அழைத்து வரவில்லை. இதனால் நீண்ட காலப் பிரிவும் தமிழ்நாட்டில் நெடுங்கால வாழ்வும் ஐரோப்பியரை உள்நாட்டுப் பெண்களுடன் தொடர்பு வைத்திருக்க வேண்டும். ஆகையால் தமிழ்நாட்டில் கலப்பினங்கள் தோன்றின (அறவாணன் 2005: 164).

அயலவர் வருகையும் இனக்கலப்பும்

ஆங்கில வம்சாவளியினருக்கும் இந்திய வம்சாவளியினருக்கும் பிறந்த குழந்தைகளை 'ஆங்கிலோ - இந்தியர்' எனக் குறிப்பிடு கிறோம். ஆங்கிலேயர்களுக்கு முன்பாக இந்தியாவுக்கு வந்த போர்த்துக்கீசியர் இந்தியவழி மக்களோடு கலந்து உருவானதுதான் 'ஐரோப்பிய - இந்திய முதல் கலப்பாகும்'. அவர்களின் தோற்ற வரலாறு 1498ஆம் ஆண்டு மே 20ஆம் நாள் வாஸ்கோடகாமா கள்ளிக்கோட்டையில் வந்திறங்கிய காலத்தில் வேர் கொண்டுள்ளது. கி.பி.1500இல் டையூவின் போர்த்துக்கீசியக் கவர்னராக இருந்த அல்போன்சா டி அல்பக்ருகி தன்னுடைய போர்த்துக்கீசியப் படை வீரர்கள், அலுவலர்களை இந்தியப் பெண்களை மணக்குமாறு ஊக்கு வித்தார். உள்ளூர் கிராமத் தலைவர்களின் மகள்களையே மண முடிக்க ஆணையிட்டார். இதன் மூலம் போர்த்துக்கீசிய ஆட்சியை அப்பகுதியில் நிலைநிறுத்த அவர் கனவு கண்டார். இக்கலப்பில் பிறந்த குழந்தை லூசோ - இந்தியர் (Luso - Indians) என அழைக்கப்பட்டனர். LUSITANIA என்பது போர்ச்சுகலையைக் குறிக்கும் ஒரு லத்தின் மொழிச் சொல்லாகும். அதிலிருந்து பிறந்ததுதான் லூசோ. போர்த் துக்கீசிய வம்சாவழியினரை லூசோக்கள் என்று அழைப்பது ஐரோப்பிய - அமெரிக்க மரபாக இருந்தது (தமிழ்ச்செல்வன் 2013: 44-45).

இதுபோக போர்த்துக்கீசிய அரசு, போர்த்துக்கீசிய அனாதைப் பெண் களைக் கப்பலேற்றி இந்தியாவுக்கு அனுப்பியது. அப்பெண்கள் தங்கள் படைவீரர்களை மணந்துகொண்டு வாழ்ந்தனர். மறு பகுதியினர் இங்கிருந்த இந்திய வசதி மிக்க ஆண்களை மணமுடித்தனர். அவர் களுக்குப் பிறந்தவர்களும் லூசோ - இந்தியர்களாயினர். டச்சு, பிரெஞ்சு மற்றும் ஆங்கிலோ கிழக்கிந்தியக் கம்பெனிகளின் வருகைக்குப் பின் போர்த்துக்கீசியர்களின் செல்வாக்குக் குறைந்தது. தங்களை அவர்கள் இழந்த பிறகு லூசோ - இந்தியர்களில் பெரும்பாலானோர் தங்கள் இந்திய வம்சாவளியினருடன் கரைந்தனர். அவர்கள் தனி இனமாக 'கோவாயினர்கள்' (Goanees) என்ற அடையாளத்துடன் கோவா, மும்பை மற்றும் மேற்குக் கடற்கரைப் பகுதிகளில் இன்றும் வாழ்ந்துவருகின்றனர். தங்கள் போர்த்துக்கீசிய வம்சாவளியைத் தொடர்கிறவர்களாகப் பெரு நகரங்களில் வாழ்கிற ஒரு பகுதியினர் லூசோ - இந்தியர்களாகத் தொடர்ந்து காலப்போக்கில் ஆங்கிலோ - இந்தியர்கள் என்ற பொது அடையாளத்தில் கரைந்தனர்.

ஆங்கிலோ - இந்தியர் என்கிற வகையினத்தின் தோற்ற வரலாறு கி.பி.1600இல் இராணி விக்டோரியா கிழக்கிந்தியக் கம்பெனிக்கு இந்தியாவில் வர்த்தகம் செய்யும் உரிமையை வழங்கும் சாசனத்தில் கையொப்பமிட்ட நாளில் தொடங்குகிறது. தங்கள் பெண்களை விட்டுப் பிரிந்து இந்தியாவுக்கு வந்த கம்பெனியின் ஊழியர்கள் அலுப்பூட்டும் வர்த்தக வாழ்க்கையிலிருந்து விடுபட இங்கிருந்த இந்தியப் பெண்களோடு முறைப்படியும், முறையில்லாமலும் உறவு களை ஏற்படுத்திக்கொண்டனர். கம்பெனியின் வர்த்தக நடவடிக் கைகள் விரிவுபடுத்த ஆங்கிலேய ஊழியர் எண்ணிக்கையும் பெருக ஆங்கில - இந்தியக் கலப்புத் தம்பதிகளும் பெருகினர். இதை அறிந்த கம்பெனி இயக்குநர் குழு 1687 ஏப்ரல் 8ஆம் நாளில் ஆங்கிலோ - இந்தியக் கலப்பில் பிறந்த குழந்தையின் தாய்க்கு ஒரு பகோடா பணம் உதவித்தொகை (ஐந்து ரூபாய்) வழங்க உத்தரவிட்டது (மேலது: 45).

ஆங்கிலோ - இந்திய ஆண்கள் ஆங்கில அரசுக்கு விசுவாசமாகப் பல போர்களில் இரத்தம் சிந்தி கம்பெனிக்காக உழைத்தனர். ஆங்கிலோ - இந்தியக் குழந்தைகள் மேல்படிப்புக்காக இங்கி லாந்துக்கு அனுப்பப்பட்டனர் (1600 முதல் 1785 வரை). அதன் பிறகு அடுத்தடுத்து வந்த ஆங்கில அரசின் கம்பெனியும் சில ஆணை களைப் பிறப்பித்தது. கல்கத்தா பள்ளியில் படித்த மாணவர்கள் இங்கிலாந்துக்கு உயர்கல்விக்குச் செல்லத் தடை விதிக்கப்பட்டது. இந்திய வம்சாவளிக்குப் பிறந்தவர்களுக்குக் கம்பெனியின் சிவில்

மற்றும் ராணுவப் பொறுப்புகள் வழங்கப்பட மாட்டாது, ஐரோப்பியப் பெற்றோருக்குப் பிறக்காதவர்கள் கம்பெனி ராணுவத்தில் பேண்டு வாசிப்பவர்கள், குழல் ஊதுபவர், டிரம் அடிப்பவர் போன்ற வேலைகளில் மாத்திரமே நியமிக்கப்படுவர். ஆக இந்த மூன்று ஆணைகளும் நேரடியாக ஆங்கிலோ - இந்தியர்களைத் தாக்கின (மேலது: 46).

இக்காலகட்டத்தில் ஹைட்டியில் ஆங்கிலேயர்களுக்கு எதிராக முலொட்டோ இன மக்கள் (ஐரோப்பிய - கறுப்பர் இனக்கலப்பு மக்கள்) நடத்திய வெற்றிகரமான கலகம் இத்தகைய கலப்பின மக்களைக் குறித்த ஓர் எச்சரிக்கை உணர்வை ஆங்கிலேயர்களுக்கு ஏற்படுத்தியது. தொடர்ந்து வருகைபுரிந்த ஆங்கிலப் படைவீரர்கள் இனியும் இந்தியப் பெண்களை மணக்க வேண்டிய நிலையும் குறைந்தது. ஆங்கிலோ - இந்தியப் பெண்களே இப்போது திருமணங்களுக்குத் தயாராகிவிட்டதால் புதிய கலப்புகள் தேவையில்லை என்றானது. தவிர, பெற்றுக் கைவிடப்பட்ட ஆங்கிலோ - இந்திய அனாதைக் குழந்தைகள் எண்ணிக்கை கணிசமாக உயர்ந்துகொண்டே போனது. அவர்களுக்காக அனாதைக் காப்பகங்கள் திறக்கப்பட்டன. The Madras male and female arphan asylum சென்னையில் திறக்கப் பட்டது. அதுவே பின்னர் St.George Anglo - Indian school என்ற இந்தியாவின் முதல் மேற்கத்தியபாணிப் பள்ளியாக மாற்றப்பட்டது. இப்பள்ளியில் பயின்ற ஆங்கிலோ இந்தியக் குழந்தைகள் பல்வேறு நடுத்தர வர்க்கப் பணிகளில் அமர்த்தப்பட்டனர்.

புலப்பெயர்வும் இனக்கலப்பும்

கி.பி.1400இன் தொடக்கமானது தென் இந்தியாவில் மக்களின் புலப் பெயர்வு அடிக்கடி நிகழ்ந்த காலகட்டமாக விளங்குகிறது. இதற்குப் பல காரணங்கள் உண்டு. இவ்வாறு அமைந்த இடப்பெயர்வில் பல கலப்பினங்கள் உருவாகின. கிறித்துவ சகாப்தத்தினை ஒட்டி தென்னிந்தியாவின் தென்மேற்குப் பகுதியில் கொச்சி, திருவாங்கூர் போன்ற இடங்களில் யூத இனக்கலப்பு உருவாயினும் அரேபிய வாணிகர்களின் வருகையால் மலபாரில் உருவான இனக்கலப்பு பெரும் சமூக, அரசியல் போக்குகளை ஏற்படுத்தியது. மாப்பிள்ளை என்ற ஒரு புது சமூகம் உருவானது. இந்தியாவின் தென்கிழக்குக் கடற்கரையின் ஊர்களில் போர்த்துக்கீசியர், பரவருடன் இணைந்து புதுக் கலப்பினை உருவாக்கினர். மரைக்காயர் என்ற புது இனமும் உருவானது. இவற்றுக்கெல்லாம் காரணம் வணிகமேயாகும் (சங்கரன் 2010: 40).

உள்நாட்டுப் பகுதியிலும் பல கலப்பினங்கள் உருவாயின. பல புலப்பெயர்வுகளும் நிகழ்ந்தன. வடக்கிலிருந்து தெற்கு நோக்கிப் பல இனக்குழுக்கள் நகர்ந்தன. இப்போக்கிலும் கலப்பினங்கள் தோன்றின. இனக்குழுக்கள் இடையே நடந்த சண்டைகள், போட்டிகள், தொழில் நுட்ப வளர்ச்சி, ஆட்சியாளர்களின் கொடுமைகளே இதற்குக் காரண மாயின. இஸ்லாமிய அரசர்கள் பெண் கேட்டதால் 'தொட்டியன்கள்' தப்பித்து தெற்கில் நகர்ந்ததாகவும், தொட்டியன்கள் காப்பிலியன் இனத்துப் பெண்களைத் துன்புறுத்தியதாகவும் குறிப்புகள் உண்டு. மேலும், முகமதியர் - உள்ளூர் இனத்திற்கும், ஐரோப்பியர்கள் - உள்ளூர் இனத்திற்கும் கலப்பினங்கள் உருவாயின. ஓரியப் பெண் களுக்கும், முகமதியர்களான பட்டானியர்களுக்கும் பிறந்தவர்களே 'அருவர்' என்ற இனத்தினர். மலாய் பகுதியிலிருந்து ஆங்கிலேயர் களால் கைதிகளாகக் கொண்டுவரப்பட்ட சீனர்கள் தமிழ்ப் பறையர் இனத்தினருடன் இணைந்து சீனத்தமிழ் இனத்தினை உருவாக்கினர்.

முகமதியர் படையெடுப்போடு தெற்கு நோக்கி வந்த 'சம்பர் பந்தர்' என்ற குடிசைபோடும் இனத்தின் ஒரு பகுதியினர் மீண்டும் வடக்கிற்குத் திரும்பவே இல்லை. தீயர் பெண்களும், படகர் பெண்களும் ஐரோப்பியருடன் விரும்பி வாழ்ந்துள்ளனர். நெல்லூர் மாவட்டத்தின் தம்பலர் என்ற பிராமணர் பிற மாவட்டங்களில் சூத்திரர் என்று கருதப்பட்டனர். ஐரோப்பியப் படையினர் அதிக அளவில் இந்தியப் பெண்களை மணந்ததாலேயே யூரேசிய இனம் உருவானது.

நாட்டுக் கோட்டைச் செட்டியார்கள் பணம் திரட்டும் பொருட்டு பர்மா போன்ற இடங்களுக்குச் சென்றனர். இன்னொரு புறம் உழைக்கும் கூட்டத்தார் பிழைப்புத் தேடி மலேயா, மொரிசியஸ், இலங்கை, தென் அமெரிக்கா போன்ற நிலப்பிரதேசங்களுக்குக் கூலிகளாகச் சென்றனர். இவ்வாறாக இடப்பெயர்வு தொடர்ந்து நடைபெற்றதன் மூலம் பல்வேறு இடங்களில், காலங்களில் இனக் கலப்பு ஏற்பட்டுள்ளது.

9. புதிய சாதிகளின் உருவாக்கம்

தமிழ்ச் சமூகத்தைப் பொறுத்தவரையில் புதிய சாதிகளின் உருவாக்கம் தொழில் அடிப்படையிலே தோற்றம் பெற்றது. மேலும் இடத்தாலும் சூழலாலும் மாறுபடும் தன்மை உடையதாக விளங்கியது. ‘பதினெண் குடி மக்கள்’ என்று அழைக்கப்படும் மக்கள் இன்று தனித்தனிச் சாதியாக உருவாகியுள்ளனர். அவை வண்ணான், நாவிதன், குயவன், தட்டான், கன்னான், கற்தச்சன், கொல்லன், எண்ணெய் வாணிகன், உப்பு வாணிகன், இலை வாணிகன், பள்ளி, பூமாலைக்காரன், பறையன், சங்கு ஊதுவோன் (கோவிற்குடியான்), ஒச்சன், வலையன், பாணன் போன்றோர் ஆவர்.

சோழர்களின் காலத்தில் கோயில்கள் அதிகமாகக் கட்டப்பட்டன. அவற்றைப் பராமரிக்க வடக்கில் இருந்து பிராமணர்கள் சிலர் இறக்குமதி செய்யப்பட்டனர். கோயில்களுக்கு என விடப்படும் ஆடு, மாடுகளைக் கண்காணிக்க இடையர்களும், விளக்கு எரிக்க எண்ணெய் வழங்குகின்ற செட்டிகளும், கோயில்களுக்கு மேளம் அடிப்பவர்கள், பறை கொட்டுவோர் எனப் பல நிலைகளில் சாதிகள் வளர்ச்சிபெற்றன.

சாதிகள் வலுப்பெற்ற நிலையில் சாதியை ஒழிக்கக் கன்னடத்தி லிருந்து பசவர் இயக்கத்தினர் தோன்றினர். ஆனால் இன்று, சாதியை ஒழிக்க வந்த இயக்கத்தினர் ‘லிங்காயத்துகள்’ என்ற புதிய சாதியாகத் தோற்றம் பெற்றனர். இவர்களைப் போல 15ஆம் நூற்றாண்டில் வட இந்தியாவில் கபிர்தாஸ் இயக்கம் உருவானது. ஆனால் இன்று அதுவும் ‘கபிர் பாந்தி’ எனும் தனிச் சாதியாக தோன்றியுள்ளது.

பட்டப் பெயரே இன்று பல புதிய சாதியாகத் தோன்றியுள்ள தையும் காணமுடிகிறது. எடுத்துக்காட்டாக கவுண்டர் என்கிற சாதிப் பெயர் வன்னியர்களின் ஒரு பிரிவாக உள்ளது. இப்பெயரே கொங்கு வேளாளர்க்குரிய பிரிவாகவும், அனுப்பர், பள்ளி, செம்படவர் போன்ற பிற சாதிகளுக்குப் பட்டப் பெயராகவும் உருவாகியுள்ளது.

முக்குலத்தோர் என்று அழைக்கப்பட்ட ஒரு சாதி இன்று மூன்று பிரிவாகப் பிரிந்து தனித்தனிச் சாதிகளாக உருவாகியுள்ளது. இதனை

'கள்ளர், மறவர், கணத்தோர், அகமுடையார் மெல்லமெல்ல வந்து வேளாளர் ஆனார்கள்' என்னும் பழமொழி உணர்த்துகின்றது.

சாதிய அமைப்பில் இயங்கிக்கொண்டிருக்கும் ஒவ்வொரு சமுதாயத்திற்கும் தனித்தனி சாதிப் பஞ்சாயத்துகள் உள்ளன. சமுதாய நடைமுறை, ஒழுக்கங்களை மீறி நடப்போர் சாதி விலக்கம் செய்யப் படுவதோடு அவர்கள் தனிச் சாதியாகவும் தோற்றம் பெறுகின்றனர்.

ஒரு சாதியின் உட்பிரிவுகளில் இருந்து பல்வேறு கிளைச் சாதிகள் தோன்றுகின்றன. கம்மாளன் என்று அழைக்கப்படும் பிரிவில் ஐந்து வகையான தொழிலைச் செய்து தனித்தனியாக சாதிப்பிரிவாக உருவாகியுள்ளனர். இவர்கள் பொன், இரும்பு, மரம் என வேலை செய்து பல பிரிவுகளாக விளங்குகின்றனர்.

நிறத்தின் அடிப்படையில் வெண்களமண், காராளன், இருளன் என்றும் இடத்தின் அடிப்படையில் தென்னாற்காட்டு இருளன், ஆற்காடு முதலி, சோழிய வெள்ளாளன், கொங்கு செட்டியார், கொங்கு நாட்டு வேளாளர், நாஞ்சில் முதலி, தொண்டைமண்டல முதலியார், ஆத்தூர் மேல்நாட்டுக் குறவர், செம்பி மறவர், கோட்டைப் பிள்ளைமார் என்றும் பூர்வீகத் தன்மையைப் பேணும் வகையில் ஆதிதிராவிடர், ஆதி ஆந்திரர், ஆதி கன்னடர், சௌராட்டிரா (பட்டு நூல்காரர்), ஜாம்புவுலு என்றும் தொழிலால் கூடைக்குறவர், கல் ஒட்டர் என்றும் திசையின் அடிப்படையில் தென்திசை வேளாளர்கள், கிழக்குத் தெரு (கள்ளர் உட்பிரிவு), தெற்கத்தியர் (கள்ளர்) என்றும் உணவின் அடிப்படையில் புலையன், தவளைத் தின்னி, தேன் வன்னியர் (இருளர் உட்பிரிவு) என்றும், விற்பனை செய்யும் பொருட்களின் அடிப்படையில் இலை வாணிகன், கூல வாணிகன், எண்ணெய் வாணிகனும் கருவிகளின் அடிப்படையில் பாணன், பறையன், வலையன் என்றும் கல்வியின் அடிப்படையில் புலவர், பண்டாரம், ஒதுவான் என்றும், உறவால் அஞ்சுகொத்து மறவர் என்றும் எண்ணால் 24ஆம் செட்டியார், அஞ்சு நாள் (பள்ளர் பிரிவு), பன்னிரண்டாம் செட்டி என்றும், மொழியால் தமிழக் கன்னடியர் என்றும் பணத்தால் காசுக்காரச் செட்டி என்றும் பல புதிய சாதிகள் தோன்றியுள்ளன.

இவை மட்டுமின்றித் தாலியால் சிறுதாலி இடையர், சிறுதாலி மறவர், அச்சுத்தாலி, தொப்பதாலி (வாணியர் பிரிவு), பெருந்தாலி என்றும், தெய்வப் பற்றால் தேவகணிகையார் என்றும், திருத் தொண்டால் பூவாண்டிப் பண்டாரம், உப்பாண்டிப் பண்டாரம்

என்றும், அலுவலால் கணக்கன் என்றும், முன்னோர்களின் பெயரால் திருவள்ளுவன் (வள்ளுவன்), வாணன் என்றும், ஒழுக்கத்தால் பரத்தையர், திருமுடிக்கவுண்டர் என்றும், முறைப் பெயரால் அம்மாப் பிள்ளை, ஆத்தாப் பிள்ளை என்றும், பெண்ணின் பெயரால் அருந்ததி என்றும், தந்தையின் பெயரால் அய்யா, அச்சன் என்றும், நெருப்பின் பெயரால் அக்னிகுல சத்திரியர் என்றும், பூவின் பெயரால் பூஇடையன், பூவைசியன், பூராசு என்றும் அழைக்கப்பட்டனர்.

இட வேறுபாட்டால் பரதவர், பட்டணவர், செம்படவர் என்றும், தொகையால் ஆயிர வைசியர் என்றும், விலங்கு பிடிப்பால் நரிக் குறவர் என்றும், பறவை பிடிப்பால் குருவிக்காரன், காக்கா குறவன் என்றும், மதம் மற்றும் சமயத்தால் ஆதி சைவர், லிங்க பலிசர், ருத்ரா (பள்ளி பிரிவு), சிவ பிராமணன், வீர சைவர், கொங்கு வைணவர், இலத்தின் கத்தோலிக்கர், வடகலை, தென்கலை என்றும், தெய்வத்தால் ஐயனார் (கள்ளர் பிரிவு), மருத்துவத்தால் வைத்தியன் என்றும், முனிவரின் பெயரால் கௌதம, அகத்தியர், பரத்துவாசர், காசியப்பர் என்றும், கட்சியால் வலங்கை, இடங்கை பிரிவு, அறுபது கட்சியர் (வள்ளுவர் பிரிவு) என்றும், வரிசையில் கடையர் என்றும், அரசர் பெயரால் தொண்டைமான், பாண்டியர் என்கிற பிரிவும் வழங்கப்பட்டு வருகிறது.

இட மாற்றத்தால் குன்னுவர், முதுவர், பச்சை மலையாளிகள் என்றும், இரப்பால் நோக்கர், முடவாண்டி பொன்னம்வலத்தார் என்றும், சின்னத்தால் ஆனை, ஆந்தை, காடை (கொங்கு வேளாளர்), தொழிற் பிரிவால் தீக்கொல்லன், இரும்புக் கொல்லன் என்றும் கருவியினால் சிறுபாணர், பெருபாணர் என்றும் அழைக்கப்பட்டனர்.

அயலவர்களின் ஆட்சியின்போது அந்நியர்கள் தமிழர்களோடு கலந்தனர். நாயக்கர் காலத்தில் ஆந்திராவிலிருந்து ரெட்டியார்கள், நாயுடு, ஒட்டர், கோமுட்டிகள் போன்ற சாதிகள் தமிழகத்தில் குடி யேறினர்.

குலப்பட்டம் தோன்றிய வகைகள்

1. முன்னோர் பதவி	- (படை) முதலியார், படையாட்சி.
2. முன்னோர் வேந்தனர் பெற்ற சிறப்பு	- ஏனாதி, காவிதி, வேள், வேளாண், அரசு, எட்டி, செட்டி, முதலி, பிள்ளை.

3.	முன்னோர் அருஞ்செயல்	- புலிகடிமால், களம் வென்றான்.
4.	முன்னோர் கொடி வழி	- அதியமான், மலைமான், மலையமான், வாணன் (வாணகோவரையன்), முத்தரையன் (முத்துராசு).
5.	ஊர்த் தலைவன் / குடித் தலைவன் பட்டம்	- நாடான், நாட்டான், நாட்டாண்மைக்காரன், ஊராளி, கரையாளன், அம்பலக்காரன், மன்றாடி, குடும்பன், கவுண்டன், உடையான்.
6.	தொழில்	- பண்ணையாடி, மந்திரி, ஓதுவார், குருக்கள்.
7.	தொழிற்கருவி	- சாம்பான் (சாம்பு - பறை).
8.	அறிவு	- புலவன், பண்டிதன், பண்டாரம்.
9.	சிற்றரசன் தொடர்பு	- வளுவாதி, தொண்டைமான்.
10.	பக்தி நெறியாட்சி	- ஆண்டி.
11.	வேந்தன் தொடர்பு	- தேவன்.
12.	குல உயர்த்தம்	- பிள்ளை, முதலி.

மலைவாழ் குலங்கள்

1.	காடர்	- ஆனை மலை.
2.	குன்னுவர்	- பழனிமலை.
3.	பழியர்	- குடமலை.
4.	மலையாளி	- சேர்வரையன் மலை, பச்சைமலை, கொல்லி மலை.
5.	மலசர்	- ஆனைமலை.
6.	மன்னான்	- குடமலை.
7.	முதுவர்	- நீலமலை, ஏலமலை.

மத மாற்றத்தால் தோன்றிய குலங்கள்

1. சமணர்.
2. பௌத்தர்.
3. கிறித்தவர்.
4. இஸ்லாமியர்.

குலம் உயர்த்தும் வழிகள்

1. ஊன்	- புலால் மறுத்தல், பச்சரிசிச் சோறுண்ணல்.
2. உடை	- பிராமணர் அணியும் ஆடை அணிதல்.
3. அணி	- ஆடவர் பூணூல் அணிதல், பெண்கள் நூற் கயிற்றில் தாலி கோத்தல்.
4. குலப்பெயர்	- குலப்பெயரை மாற்றுதல் அல்லது பட்டப் பெயரைக் குலப்பெயராக ஆளுதல்.
5. ஆட்பெயர்	- வர்மன், குப்தன் என்னும் ஈறுகள் கொண்ட வடசொற் பெயர்களை வைத்துக்கொள்ளுதல்.
6. பட்டம்	- பிள்ளை, முதலியார், செட்டியார் என பட்டம் கொள்ளுதல்.
7. மணவுறவு	- மேற்குலத்திற் பெண் கொள்ளல்.
8. மொழி	- இயன்றவரை வடசொற் கலந்து பேசுதல், சமற்கிருதம் கற்றல், சமற்கிருத நூல் இயற்றுதல்.
9. பழக்கவழக்கம்	- ஆடவர்கள் காலையில் சூரிய வணக்கம் செய்தல்.
10. பூசாரி	- இருவகைச் சடங்கிற்கும் பிராமணனையே பூசாரியாகக் கொள்ளுதல்.
11. கதை	- குல முதல்வன் வேள்வியில் தோன்றியது அல்லது ஆரியனுக்குப் பிறந்தது என கதை கட்டிக் கொள்ளுதல்.
12. ஒழுக்கம்	- பிராமணனுக்குத் தானம் அல்லது தொண்டு செய்தல் இயன்ற வரை பிராமணர் சடங்கைப் பின்பற்றல்.
13. சவ முடிவு	- எரித்தல்.

10. சாதிகளின் தோற்றத் தொன்மங்கள்

'தொன்மம்' எனும் சொல் ஆங்கிலத்தில் உள்ள 'மித்' (myth) எனும் சொல்லிற்கு இணையாகக் கருதப்படுகின்றது. 'மித்' (myth) எனும் சொல் (mythos) 'மித்தாஸ்' எனும் கிரேக்கச் சொல்லிலிருந்து பெறப்பட்டது. 'மித்தாலஜி' (mythology) என்பதைத் 'தொன்மவியல்' என்று தமிழில் எடுத்தாளலாம் என்பார் கதிர் மகாதேவன் (ரவி 2007: 28).

ஆக்ஸ்போர்டு ஆங்கில அகராதி (*Oxford English Dictionary*) முற்றிலும் மனித ஆற்றலைக் கடந்தவர்களையும் அவர்களின் செயல் பாடுகளையும் அல்லது நிகழ்வுகளையும் வரலாற்றுப் பூர்வமாக அல்லது பலரறிந்த கருத்துகளின் உருவமாக அமைப்பதே தொன்ம மாகும் என்று சுட்டுகிறது. தொன்மங்கள் எங்கிருந்து தொடங்கு கின்றன என்று சொல்ல முடியாது. அவை சில வரலாற்று நிகழ்ச்சி களோடு தொடர்புடையனவாக இருக்கலாம். ஒரு சமுதாயத்தின் பழக்கவழக்கங்கள், நம்பிக்கைகள், திருமணம், மகப்பேறு, குடும்பம் போன்ற நிறுவனங்களை விளக்குவனவாக அமையலாம்.

சில தொன்மங்கள் சமய நம்பிக்கைகளையும், சடங்குகளையும் வெளிச்சப்படுத்துகின்றன. சில தொன்மங்கள் உவமைக் கதை களாகவும், தத்துவ உருவகங்களாகவும் நின்று சமுதாயத்திற்கு வழி காட்டுகின்றன. தொன்மங்களை அறிவியல் முறையில் ஆராய்ந்து புரிந்துகொள்ள முடியாது. அவை சமுதாயத்தின் ஆழ்மனத்திலிருந்து வெளிப்படுவதாகவும் அவற்றினால் ஏற்படும் கட்டமைப்பின் குறி யீடுகளாகவும் விளங்குகின்றன என்று வெப்ஸ் ஸ்டார்ஸ் தேர்டு நியூ இன்டர்நேஷனல் அகராதி (*Webstar's third New International Dictionary*) புலப்படுத்துகின்றது (மேலது: 32).

இ.பி.டைலர் (E.B.Tylor) "இது மனித சமுதாயத்தின் தனியுரிமைப் பத்திரம்" என்பார்.

மாலினோவ்ஸ்கி (Malinowski) "இவை மனிதனின் தொடக்க நிலைகளைப் பற்றியும் தோற்றங்களைப் பற்றியும் கூறுவன. நடந்த நிகழ்ச்சிகளைக் குறிப்பன. அவற்றில் காணும் பாத்திரங்கள் கற்பனையாக இருக்கும்" என்பார். "புராணத்தில் காணப்படும் நிகழ்ச்சிகள் மீண்டும்

மீண்டும் உலகத்தில் நிகழ்கின்றன. வரலாற்று, சமூக, பண்பாட்டு முழுமையே புராணக் கதைகள்" என்று மர்சியா எலியாட் (Mircea Eliade) கூறுகின்றார்.

லெவிஸ்ட்ராஸ் (Levi-Strauss) "புராணக் கதைகளின் அமைப்பு மனித மனத்தின் ஆழத்திலிருந்து வந்தது" என்பார்.

மாக்ஸ் முல்லர் (Max Muller) "ஒவ்வொரு புராணமும் ஏதோ ஒரு உண்மையினைக் கூற விழைகிறது. அது அடுக்காக அமைந்த பல்வேறு செய்திகளால் மறைக்கப்பட்டிருக்கிறது. வேண்டாத செய்தி களையெல்லாம் அகற்றிக்கொண்டே வந்தால் வேண்டிய செய்தியாக உண்மை இறுதியில் கிடைத்துவிடும்."

'நுக்கோல்ஸ்' தொன்மங்கள் இரட்டைத் தன்மையுடைய சிக்கல் களை விடுவிப்பதற்குப் பயன்படுகின்றன என்பதில் எவ்வித ஐயமு மில்லை. ஆனால், அது மட்டுமே அதன் வேலையல்ல. இவ்வாறான சிக்கல்களுக்குள் பொதிந்துள்ள புத்தாக்கத் திறன்களை/ஆற்றல்களை வெளிக்கொண்டு வரவும் அவை உதவுகின்றன.

கணநாத் ஒபயசேகர (1990) சொல்வது போலவே இது ஒரு வளர்ச்சிக்குரிய ஆற்றலாகவே (தொன்மம்) காணப்படுகிறது.

தொன்மங்களின் பொருண்மையானது, வரலாற்றை மீட்டெடுப் பதிலும் வரலாற்றை ஆராய்வதிலும் பெரும்பங்கு வகிக்கிறது. இந்நிலையில் தொன்மம் உள்ளிட்ட அனைத்து மொழிப்படைப்பு களும் சுற்றுப்புறத்தில் உறவாடும் எல்லாச் சக்திகளோடும் கருத்தாடல் புரிபவையே.

"தொன்மங்கள் என்பவை கற்பனை வளத்தோடும் உருவக அமைப்போடும் சொல்லப்படும் கதைகளாகும். ஒரு சமுதாயத்தின் பண்பாட்டை, அடிப்பொருளை விளக்க, அதன் மதிப்பீடுகளைக் குறித்துக்கொள்ள, கற்பனையான, விந்தையான இந்தக் கதைகள் உதவுகின்றன. எனவே இக்கதைகளை இயல்பான மரபுகளுக்கு உட்படுத்திக் கூற இயலாது. ஒரு சமுதாயத்தின் ஒழுக்க மரபுகளும் தொன்மங்களை மூலமாகக் கொண்டுள்ளன. இத்தொன்மங்கள் வாழ்வின் மறைபொருளையும், சமுதாயத்தின் உள்ளார்ந்த உணர்வு களையும், மனிதர்களின் ஆழ்மனதையும் வெளிப்படுத்துகின்றன. தொன்மங்களிலிருந்தே புராணங்கள், கதைகள் வெளிக் கிளம்பு கின்றன. எனினும் அவற்றை ஒன்றுக்கொன்று வேறுபடுத்திக் காட்டுவது எளிதன்று.

தொல் பழங்கால மக்களின் நம்பிக்கைகளையும், கடவுளர்களையும், சிறு தெய்வங்களையும், இயற்கை ஆற்றல்களையும், மதச் சார்பான தாக இயற்கைக்கு உகந்ததாக உருவகப்படுத்திக் காட்டும் முற்றிலும் கற்பனை சார்ந்த கதைகளே தொன்மமாகும் (ரவி 2007: 32).

பண்பாட்டு வளர்ச்சியின் முதற்கட்டமாக இருப்பது தொன்மவியல் காலம். தொன்மவியல் என்பது பழைய பழக்கவழக்கங்களையும், நினைவுகளையும் போற்றிப் பாதுகாக்கின்றன. மீண்டும்மீண்டும் நிகழ்கின்ற மக்களின் செயல்களையும் ஆழமான உணர்வழுத்தங் களையும், மனிதர்களின் வரலாறுகளையும் விளக்குவதாகத் தொன்மம் அமையும் என்பர்.

தொன்மங்கள் உண்மைகளின் புகலிடம், கருத்துகளின் வாழ்விடம், எண்ணங்களின் வரலாற்றுப் பெட்டகம், நினைவுகளின் சுழிமுனை. கடவுளர்களையோ அல்லது கடவுளையொத்த மனிதர்களையோ பாத்திரங்களாகக் கொண்ட கதை தொன்மமாகும். அது வரலாற்றுக் காலத்திற்கு அப்பாற்பட்டதாகவும் இயற்கையிகந்த நிகழ்ச்சிகளைக் கொண்டதாகவும் அமைந்திருக்கிறது என்று நார்த்ராப்பிரை கூறுகின்றார்.

சாதித் தொன்மங்கள் என்னும் சுட்டுகை சாதிகளின் தோற்றத் தொன்மங்களைக் குறிக்கும். புராணம், இதிகாசம், தொன்மம், பழ மரபுக் கதை, வாய்மொழி வரலாறு இவை போன்ற இன்ன பிற வெல்லாம் புனைந்தவையோ, நம்பகமானவையோ, உண்மையான வையோ என்ற கருத்தோட்டம் நேரிடலாம். அவ்வாறு எண்ணு வோரின் நனவு அறிவு வெளியில் தருக்க நிலையிலான காரணகாரிய விளக்கங்காணல் மிகுந்திருக்கும். அவை உண்மையானவையாக இல்லாவிட்டாலும்கூட, இவை வழங்கப்படும் சமூக, பண்பாடு வரலாற்றுச் சூழல்களின் தருக்க உறவுகளைக் கருத்தாடல் செய் கின்றன என்ற அளவில் அவை முக்கியத்துவம் பெறுகின்றன (பக்தவத்சல பாரதி 2008: 110).

தொன்மம் வரலாற்றிற்கு முற்பட்டதாகும். வரலாறு தோன்று வதற்கு முன்பே தொன்மம் தோன்றி வளர்ந்து நிலைகொண்டுவிட்டது எனலாம். நம்மைக் கேட்காமலே உடல் வளர்வதுபோல் இயற்கை யாகவே தொன்மங்கள் உரம் பெறுகின்றன (ரவி 2007: 44). பழமைப் பண்புகள் நிறைந்த நாட்டுப்புறப் பாடல்களின் வாய்மொழிக் கதை வடிவமே தொன்மங்களாக வளர்ந்தன.

1. வண்ணான்

சிவன் மனைவியான பார்வதிக்கு ஒரு நாள் மாதவிடாய் ஏற்பட, மாதவிடாய்த் துணியைத் துவைத்துத் தர மனித இனம் இல்லாத நிலையில், சிவன் தன்னுடைய உடம்பில் இருந்து அழுக்கை உருட்டி அதிலிருந்து ஒரு ஆண் மற்றும் ஒரு பெண்ணை உருவாக்கினார். சிவன் ஒரு துணியை அந்த ஆணிடம் தந்து அந்தத் துணி முழுவதும் சீலைப்பேன் உள்ளது. ஆனால் துணியில் இருந்து ஒரு சீலைப்பேன் கூடப் போகாமல் துணியில் இருக்கும் அழுக்கை முழுவதும் எடுக்க வேண்டுமென்று கூறினார். உடனே அவன் தன் அருகில் இருக்கும் பெண்ணின் கழுத்தை வெட்டி இரத்தத்தோடு ஒரு பள்ளத்தில் போட்டான். உடனே துணியில் இருக்கின்ற சீலைப்பேன்கள் அனைத்தும் பள்ளத்தில் விழ, பள்ளத்தை மூடினான். பின்பு துணியை நன்றாக அலசிக் காய போட்டான். பின்பு காய்ந்த பின் துணியைப் பள்ளத்தில் போட்டுத் துணி முழுவதும் சீலைப்பேனை ஏற்றி சிவனிடம் கொடுத்தான். இதனால் மகிழ்ச்சியடைந்த சிவனும் பார்வதியும் இவனுக்குத் துணி துவைக்கும் தொழிலைக் கொடுத்தார்களாம். (தகவலாளி: பெயர்: கௌரி, வயது: 42, தொழில்: துணி துவைத்தல், இடம்: உதப்பை கிராமம், திருவள்ளூர் மாவட்டம்).

2. கவரை நாயுடு

இவர்கள் விஷ்ணு பகவானின் மனைவியின் வழித்தோன்றல்கள் என்று தங்களை அழைத்துக்கொள்கின்றனர். ஒரு நாள் மகா விஷ்ணுவின் மனைவி தன் கை முழுக்க வளையல் போட ஆசைப்பட்டாளாம். அதனால், ஒரு பலிஜாவை அழைத்து தன் கை நிறைய வளையல்களை அணிந்துகொண்டாள். மகாவிஷ்ணுவின் மனைவியின் வளையல் சத்தம் உலகம் முழுவதும் கேட்டு ஒலித்ததாம். இதனால் மகிழ்ச்சியடைந்த மகாவிஷ்ணு என்னோட நாமம் உங்களுக்கு உதவட்டும் என்று வரம் அளித்தார். மகிழ்ந்த பலிஜா ஒவ்வொரு நாளும் வேலைக்குப் போகும்போது அம்மனை வணங்கிச் சென்றான். அவனுக்கு வரும் வருமானத்தில் பாதியை அம்மனுக்குக் காணிக்கை போட்டுவிட்டு வீட்டுக்குச் செல்வான். கொஞ்ச நாளிலே பலிஜா பணக்காரனாக மாறினான். அம்மனையும் மறந்துவிட்டான். கோப மடைந்த அம்மன், "உன் வாழ்க்கையில் இனி நீ பாதியை மறந்துவிடுவாய்" என்று சாபமிட்டாள்.

சிவனுடைய லிங்கத்தைக் கழுத்தில் கட்டிய பலிஜா மிகவும் புத்திசாலியாக இருந்தான். மற்ற சாதியைவிட எல்லாவற்றிலும் உயர்ந்தவனாகவும் தொழிலில் தேர்ச்சி பெற்றவனாகவும் காணப் பட்டான். இவனுடைய திறமையைக் கண்ட மகாவிஷ்ணுவின் மனைவி இவனை இப்படியே விட்டால் உலகத்தில் உள்ள மற்றவர்களைக் கீழே இறக்கிக்கொண்டே சென்றுவிடுவான் என்று அவனுடைய நினைவுகளைப் பாதி மறக்க வைத்துவிட்டாள்.

இவர்களுக்குகென்று சில பழமொழிகள் உண்டு, 'அவரைக் கொடி கவரைக்கொடி போல்' என்ற பழமொழிக்கு ஏற்ப இவர்கள் அவரைக் கொடி எங்கும் பரவும், அதேபோல இவர்களுடைய சாதி எங்கும் இருக்கும் என்பதைக் சுட்டி நிற்கிறது. 'வளையல்காரன் கெட்டிக்காரன்' என்பது இவர்களுடைய தொழிலைக் குறிக்கிறது. ஆங்கிலேயர்கள் இவர்களைப் பார்த்து 'மொட்ட துலுக்கனுக்கும், முட்டாள் நாயக்கனுக்கும் பட்டாளத்தில் வேலை இல்லை' என்றார் களாம்.

கவரை நாயுடு பிரிவில் 11½ வகை உண்டு. சாட்டைக்காரன் பலிஜா என்பவர் ½ பலிஜா ஆவான். இவர்கள் ஓரிடத்தில் நிலையாகத் தங்காமல் அலைந்து திரியும் நடோடி சமூகத்தினராக உள்ளனர். (தகவலாளி: பெயர்: கிருஷ்ணா நாயுடு, வயது: 72, தொழில்: வளையல் வியாபாரம், இடம்: மாலந்தூர் கிராமம், திருவள்ளூர் மாவட்டம்).

3. அம்பட்டன்

சிவன் நாவில் (வாயில்) தோன்றியதால் நாவிதர்கள் என்று அழைக்கப்பட்டனர். சிவபெருமாள் ஒரு நாள் நாவிதனைச் சோதிக்கும் பொருட்டு, பிராமணனையும் நாவிதனையும் ஆற்றில் குளிக்குமாறு கட்டளையிட, இருவரும் ஆற்றில் குளித்தனர். அப்போது சிவ பெருமான் ஒரு பெண்ணை அவர்கள் குளிக்கும் இடத்திற்கு அனுப் பினார். பிராமணன் நேராகச் சிவனிடம் செல்ல நாவிதர் அந்தப் பெண் பின்னால் சென்றுவிட்டான். இதனால் சிவபெருமான் எனக்கு பூசை செய்ய பிராமணன் போதும், அம்பட்டனாகிய நீ ஊரில் உள்ள மக்களுக்குச் சேவை செய்ய வேண்டும் என்று வரம் கொடுத்தார்.

பிராமணர்களின் வரவிற்கு முன்பு மற்ற இன மக்களுக்குத் தாலி எடுத்துக் கொடுக்கும் உரிமை உடையவர்களாகவும், பூணூல் போடும் உரிமை உள்ளவர்களாகவும் இருந்தார்களாம். (தகவலாளி பெயர்:

திருநாவுக்கரசர் வயது: 34, தொழில்: இசை மங்கலம் வாசித்தல் முடிதிருத்துதல், இடம்: குரங்கு தண்டலம் - திருவள்ளூர் மாவட்டம்).

4. தெலுங்குப் பிராமணர்கள்

தெலுங்குப் பிராமணர்கள்: 'யஜூர் வேதத்தில் தோன்றியவர்கள்'. இவர்களில் இரு பிரிவினர் உள்ளனர்:

1. கிருஷ்ண யஜீர் 2. சுக்லய யஜீர்.

தமிழ்ப் பிராமணர்கள்: 'ரிக் வேதத்தில் தோன்றியவர்கள்'.

சத்திரியர்கள்: 'சாம வேதத்தில் தோன்றியவர்கள்' சாமம் என்றால் 'சங்கீதம்' என்று பொருள்.

வைசியர்கள் சூத்திரர்கள்: 'அதர்வணவேதத்தில்' தோன்றியவர்கள்.

(தகவலாளி: பெயர்: தியாகராஜன், வயது: 53, தொழில்: புரோகிதம், செய்தல், இடம்: ஸ்ரீபுரம் கிராமம் - திருவள்ளூர் மாவட்டம்).

5. வன்னியர்

உலகம் தோன்றிய பிறகு தேவர்களும் அசுரர்களும் மற்ற இன மக்களும் மகிழ்ச்சியாக வாழ்ந்தனர். ஒரு நாள் அசுரர்கள் தேவர்களை அழித்துத் தன்னுடைய சக்தியை நிலைநிறுத்த விரும்பினார். அதனால் அசுரர்கள் தேவர்களையும் மற்ற இனமக்களையும் அழித்தனர். அசுரர்களின் தொல்லைகளில் இருந்து விடுபட தேவர்கள் சிவனிடம் முறையிட்டனர். இதனால் அசுரர்களை அழிக்க ஒரு யாகம் செய்யுமாறு கட்டளையிட்டார். இந்த யாகம் சிவனின் பெயரால் நடைபெற்றது. யாகத்தின் போது சிவன் தன்னுடைய நெற்றியில் வடிந்த வியர்வைத் தண்ணீரை யாகத்தின் மீது தெளித்தார். இதிலிருந்து 'வீர வன்னியன்' தோன்றினான்.

இந்த வீர வன்னியனே அசுரனாகிய 'வாதாபி, சூதாபியை' அழித்தான். இவனுடைய பெருமை எல்லாம் கேட்ட இந்திரன் தன்னுடைய மகளை வீர வன்னியனுக்குத் திருமணம் செய்து கொடுத்தான். இவர்களுக்கு ஏழு பிள்ளைகள் பிறந்தன. இவர்களின் தலைமுறையில் இருந்து 'வன்னிய பரம்பரை' செழித்து வளர்ந்தது.

(தகவலாளி பெயர்: நாராயண ரெட்டி, வயது: 81, தொழில்: விவசாயம், இடம்: அத்திரம்பாக்கம் கிராமம், திருவள்ளூர் மாவட்டம்).

6. ஆயிர வைசிய செட்டியார்

ஒரு காலத்தில் இவர்கள் வளமான வியாபார வாழ்க்கையை வாழ்ந்தனர். காவேரிப் பூம்பட்டினம் மற்றும் கடலோரப் பகுதிகளில் தங்களுடைய வியாபாரத் தொழிலை மேற்கொண்டார்கள்.

ஒரு குடும்பத்தில் அண்ணன் மற்றும் தங்கை இருவரும் வளமான வாழ்க்கையை நடத்தி வந்தனர். அண்ணன் தன்னுடைய பரம்பரையிலேயே தங்கைக்குத் திருமணம் செய்து கொடுத்தான். காலப் போக்கில் அண்ணனும் எண்ணெய் வியாபாரம் செய்யும் பெண்ணைத் திருமணம் செய்துகொண்டான். தங்கையின் குடும்பம் வறுமையின் காரணமாக அண்ணன் வீட்டிற்கு வந்தாள். ஆனால் அண்ணி அவளுக்குப் பசிக்குச் சோறும், எந்த ஒரு உதவியும் செய்யவில்லை. இதைப் பற்றி அண்ணனுக்கு எதுவும் தெரியாமல் வெளியில் வியாபாரத்திலே இருந்தான். இதனால் கோபம் அடைந்த தங்கை காட்டிற்குள் சென்று பச்சை மரம், செடி கொடிகளைப் பிடுங்கித் தான் பத்தினி என்றால் எனக்குத் தேவையான உணவை இந்தச் செடி கொடிகளின் மூலம் பெற வேண்டும் என்று கடவுளை வணங்க, அதற்குக் கடவுளும் அருள் புரிந்தான். மேலும் தனக்கு உதவி புரியாத அண்ணி குடும்பம் அழிக, அவர்களுடைய குடும்பத்தில் யாரும் திருமண உறவு செய்துகொள்ளக் கூடாது எனச் சாபமிட்டாள். இதனால் எண்ணெய் வியாபாரம் செய்யும் சாதி இவர்களிலிருந்து விலகிய சாதியாக மாறியது.

இராமநாதபுர மாவட்டத்தில் தேவர்களின் ஆட்சி நடைபெற்றது. தேவர்கள் செட்டியார் குடும்பத்தில் பெண் எடுக்க ஆசைப்பட்டுப் பெண் கேட்டார்கள். ஆனால், செட்டியார்கள் பெண் தர மறுத்து, மதுரை மீனாட்சியிடம் குடி புகுந்தனர். இன்றும் இங்கு வாழும் செட்டிகள் மதுரை மீனாட்சி செட்டி என்றே அழைக்கப்படுகின்றனர். (தகவலாளி பெயர்: சுகன்யா, வயது: 41, தொழில்: மளிகை வியாபாரம், இடம்: மைலாப்பூர் கிராமம் - திருவள்ளூர் மாவட்டம்).

7. குயவர்

உலகம் தோன்றிய பிறகு சிவனால் ஐந்து பேர் உருவாக்கப்பட்டனர். இவ்வைந்து பேருக்கும் ஐந்து தொழில்களைச் சிவன் உருவாக்கித் தந்தார். அவர்கள் தச்சர், குயவர், வண்ணான், கண்ணர், செட்டியார் ஆவார்கள்.

சிவனே மண் சக்கரம் செய்து குயவர்களுக்குக் கொடுத்தாராம். இதிலிருந்து மண்பாண்டம் தொழில் உற்பத்தியானது. மேலும், மண் பாண்டம் செய்யும் ஒருவன் அதே சாதியில்தான் திருமணம் செய்ய வேண்டும், வேறு சாதியில் திருமணம் செய்தால் தொழில் கூடி வராது என்றும் கருதினர்.

சாதி தோன்ற காரணம்

பிரபஞ்சம் அழியத் தொடங்கியபோது வெள்ளத்தில் இருந்து ஒரு ஆணும் பெண்ணும் உயிர் பிழைத்தனர். அவர்கள் வயிற்றில் பத்துப் பிள்ளைகள் தோன்றி பத்துச் சாதியாக வளர்ந்தது. பின்னர் பல்வேறு சாதியாகப் பிரிந்தது. பள்ளி, குயவர், அம்பட்டன், வண்ணான், ஆசாரி, கணக்கன், கோமுட்டி, செட்டி, அவுரி போன்ற சாதிகளாக வளர்ச்சி அடைந்தன.

குயவர்களின் வகைகள்

1. வடுகு குயவர்
2. தமிழ் குயவர்
3. சோழிய குயவர்

(தகவலாளி பெயர்: ஜெய சந்திரன், வயது: 78, தொழில்: பானை செய்தல் இடம்: சீத்தஞ்சேரி கிராமம் - திருவள்ளூர் மாவட்டம்).

8. விஸ்வகர்மா

விஸ்வம் - உலகம், கர்மா - வேலை. உலகில் வேலை செய்வதற் காகக் கடவுளால் படைக்கப்பட்டவர்கள். இவர்களின் தொழில் 'பிரம்மாவின் தலையில் இருந்து தோன்றியது'. உலகில் தோன்றிய முதல் தொழில் என்றும், மற்ற தொழில்கள் இதன் அடிப்படையில் ஏற்பட்டவை என்றும் இதனால் மக்கள் உயர்வடைந்தனர் என்றும் கூறிக்கொள்கின்றனர்.

பூர்வீகச் சரித்திரம்

நாங்கள்தான் உலகில் உள்ள பொருட்களை உண்டாக்கி அதற்கு உயிர் கொடுக்கும் தன்மை உடையவர்கள். செய்த பொருளைப் பறக்க வைக்கும் தன்மை உடையவர்கள். இவர்களுடைய வளர்ச்சியை விரும்பாத முசுலீம்கள் இவர்களை அழிக்க விரும்பி விஸ்வகர்மாவின்

கோட்டையாகிய அரக்குக் கோட்டையைத் தாக்கி மக்களைக் கொன்று குவித்தனர். சிலர் பறந்தும் சென்றனர். இதிலிருந்து தப்பிக்க முடியாத கர்ப்பிணிப் பெண் ஒருத்தி பேரிச்செட்டி வீட்டில் குடி புகுந்தாள். பேரிச்செட்டி வீட்டில் புகுந்த அந்தப் பெண் அவரிடம் உதவி கேட்டாள். அதற்கு அந்தச் செட்டி நான் உன்னைக் காப்பாற்ற வேண்டுமானால் என்னுடன் நீ இலையில் ஒன்றாக உட்கார்ந்து சாப்பிட வேண்டும் என்றார். அந்த நேரத்தில் பேரிச்செட்டி வீட்டில் முசுலீம்கள் நுழைந்து கர்ப்பிணிப் பெண்ணைத் தேடி வந்தனர். முசுலீம்கள் அந்தப் பெண்ணை கேட்க உடனே பேரிச்செட்டி அவள் என்னுடைய வீட்டுப் பெண் என்று கூறினார். இந்தச் செட்டி அரண் மனையில் வேலை செய்து கொண்டிருந்தாள். சிறிது காலம் சென்ற பிறகு கர்ப்பிணி ஆண் குழந்தையைப் பெற்றெடுத்தாள்.

அரசர் ஒரு நாள் மந்திரியை அழைத்து போருக்குப் வேண்டி ஆயுதம் செய்ய ஆட்கள் வேண்டுமென்றார். உடனே மந்திரி விஸ்வ கர்மாவின் பரம்பரையே அழிந்துவிட்டது. இனி மேல் போருக்கு வேண்டிய ஆயுதத்தை எப்படிச் செய்வது என்றும் கூற இனி மேல் இந்த வேலையை யார் செய்வது என்ற பிரச்சினையும் எழுந்தது. இப்பிரச்சினையை முடிவுக்குக் கொண்டுவர நினைத்த அரசன் ஓர் ஆணையைப் பிறப்பித்தான்.

அந்த ஆணையில் ஒரு மாணிக்கக் கல்லை எடுத்து அதில் ஒரு பாதியில் ஒரு சிறு பங்கு நூலில் நுழைத்தால் இந்நாட்டின் பாதிப் பகுதியைத் தருவதாகக் கூறினான். ஆனால் யாரும் முன்வரவில்லை. மேலும் கோபமடைந்த அரசர் பேரிச்செட்டியை அழைத்து மாணிக்கக் கல்லில் நூலைக் கோர்த்துக் கொடு, இல்லையேல் உன்னுடைய உயிரை எடுத்துவிடுவேன் என்றார். குழப்பத்துடன் வீடு திரும்பினான் பேரிச்செட்டி, வளர்ந்த ஆண் குழந்தை பேரிச்செட்டியிடம் ஏன் கவலையாக இருக்கிறீர்கள்? என்று கேட்க நடந்ததைச் செட்டி சொன்னான். உடனே விஸ்வகர்மாவின் வழியில் பிறந்த ஆண் குழந்தை ஒரு நூலின் நுனி பகுதியில் வெல்லத்தை தடவி எறும்பு புற்றுக்கு நடுவே வைத்தான். எறும்புகள் நூலின் ஒரு பகுதியில் இருந்து மறு பகுதிக்கு சென்றன. இதன் முறையே மாணிக்கத்தின் மேல் வெல்லத்தைத் தடவி வைத்தார். இதன் மேல் எறும்பு ஒரு முனையில் இருந்து மறுமுனைக்கு சென்று மாணிக்கத்தில் ஓட்டை விழுந்தது. இதனைப் பார்த்து அதிர்ச்சி அடைந்த மன்னர் பேரிச்செட்டியைக் கேட்க, பயத்துடன் நடந்த உண்மைகளைக் கூறினான். இதிலிருந்து விஸ்வகர்மாவின் பரம்பரை தழைத்தது.

(தகவலாளி பெயர்: குபேந்திர ஆச்சாரி, வயது: 68, தொழில்: பொன் வேலை செய்தல், இடம்: பெனலூர் பேட்டை கிராமம், திருவள்ளூர் மாவட்டம்).

9. நாடார்

பல வருடங்களுக்கு முன்பு மன்னர்களின் கொடுமையைத் தாங்காத மக்கள் புரட்சியில் ஈடுபட்டனர். மன்னர் மக்களை அடக்கி முசுலீம்களுக்கு அடிமையாக விற்றார். இதனால் நாட்டில் கலவரம் அதிகமானது. கோபமடைந்த மன்னன் ஆயிரம் மக்களை அடிமையாக்கி முசுலீம்களிடம் பிணைக் கைதியாய் அனுப்பினார். முசுலீம் மன்னன் சிலரை மத மாற்றம் செய்தார். சிலர் மதம் மாறுவதற்கு மறுத்ததால் முசுலீம் மன்னன் இவர்களைக் கடலில் தூக்கியெறிந்தான். இவர்கள் தப்பித்து கரையோரப் பகுதியான திருநெல்வேலி, தூத்துக்குடி போன்ற பகுதிகளில் கரையேறினர். இவர்கள் உயிர்வாழப் பனைமரம் ஏறி அதிலிருந்து நுங்கு, பனைச்சாறு போன்றவற்றை உண்டு உயிர் வாழ்ந்தனர். பனைச் சாற்றிலிருந்து கருப்பட்டி என்ற வெல்லத்தைக் கண்டுபிடித்தனர். இது உடம்பிற்குக் குளிர்ச்சியை ஏற்படுத்தியது. இது அப்பகுதியில் வாழ்ந்த மன்னனின் பெரும் மதிப்பைப் பெற்றது. பிற்காலத்தில் உலகமெங்கும் வியாபாரம் நடைபெற்றது. இவற்றின் விளைவாகச் செல்வம் பெருகியதாலும் நாடு முழுவதும் ஆட்சி செய்ததாலும் 'நாடாளன்' என்று பெயர் பெற்றனர். பின்னாளில் இப்பெயர் மருவி 'நாடார்' என்று மாறியது.

(தகவலாளி பெயர்: முருகன், வயது: 42, தொழில்: கள் இறக்குதல், இடம்: அத்திரம்பாக்கம் கிராமம், திருவள்ளூர் மாவட்டம்).

10. குறவர்

ஒரு காலத்தில் எல்லா இனமக்களும் ஒன்றாக வாழ்ந்துவந்தனர். பிறகு ஏதோ காலச் சூழ்நிலையால் இவர்களுக்குள்ளே சண்டை சச்சரவு உருவானது. இதனால் அப்பகுதி மன்னர் ஒவ்வொரு இனத்து மக்களின் வீடுகளில் வளர்க்கும் உயிரினங்களை ஊரின் எல்லைப் புறத்தில் பலியிடுமாறு ஆணையிட்டார். மன்னரின் கட்டளைப்படி ஆடு, மாடு, கோழி என்று மக்கள் பலி கொடுத்தனர். இதில் தொம்பரா இன மக்களின் வளர்ப்பு விலங்கான பன்றி மட்டும் ஓடி விட்டதாம். இதனால் கோபம் அடைந்த மன்னன் இவர்களை ஊரின் ஒதுக்குப்புறங்களில் ஒதுக்கி வைத்தார். இம்மக்கள் குலதெய்வமாகக் கொல்லாபுரி அம்மனை வணங்குகின்றனர்.

(தகவலாளி பெயர்: தனலட்சுமி, வயது: 40, தொழில்: பன்றி மேய்த்தல், இடம்: திருப்பாக்கம் கிராமம், திருவள்ளூர் மாவட்டம்).

11. லிங்காயத்துகள்

இவர்கள் மைசூரிலிருந்து தமிழகத்தில் குடியேறிய மக்கள். காவிரி டெல்டா பகுதியில் வளமான வாழ்க்கையை வாழ்ந்துவந்தனர். சிவபெருமானின் வழித்தோன்றல்கள் என்று கூறிக்கொள்ளும் இவர்கள் கன்னடம் மற்றும் தெலுங்கு மொழியைப் பேசுகின்றனர். இம்மக்கள் சிவனைத் தனியே பூசை செய்ய விரும்பியதால் 500 வருடங்களுக்கு முன்பே சந்திரகிரி மகாராஜா இவர்களைத் தமிழகத்திற்கு அனுப்பினார். 150 வருடங்களுக்கு முன் ஆங்கிலேயர் அரசின் அனுமதியுடன் இவர்கள் 1000 ஏக்கர் நிலப்பரப்பில் தனியாகக் குடியேறினர். மேலும் ஸ்ரீராமகுப்பம், தாசுக்குப்பம், புதுக்குப்பம், கொண்டா ரெட்டிக் குப்பம், சிகினிக்குப்பம், ஏரிக்குப்பம், தாமரைக்குப்பம் போன்ற ஏழு குப்பங்களில் வாழ்க்கை நடத்தி வருகின்றனர்.

(தகவலாளி பெயர்: பாப்பையா, வயது: 67, தொழில்: ஆசிரியர், இடம்: தாமரைப்பாக்கம் கிராமம், திருவள்ளூர் மாவட்டம்).

12. வெள்ளமா நாயுடு

நாடோடிகளாகக் காடுகளில் வாழ்ந்த இவர்கள் பின்னாளில் காட்டின் நடுவே ஓர் அரண்மனை கட்டிக் குடியிருந்தார்கள். கொண்டை ராகுல் என்னும் காட்டுவாசியுடன் கதையைச் சொல்லித் திரிந்து வாழ்ந்தனர். பிறகு காட்டின் நடுவே கோட்டை கட்டி வாழ்ந்ததால் 'கோட்டை ராஜா' என்றும் பெயர் பெற்றனர். இவர்களில் இருந்து பிரிந்தவர்கள் 'வெள்ளமா நாயுடு'. ஆந்திராவில் விசயநகரப் பேரரசுக் காலத்திற்கு முன்பே வாழ்ந்தவர்களாக உள்ளனர். இவர்களின் உறவினர்கள் இன்றும் 'வெங்கடாபுரி' அரண்மனையில் வாழ்ந்துவருகின்றனர். இவர்கள் 56 கோட்டைகளைக் கைப்பற்றியவர்கள். வெங்கடாபுரியில் இருந்து காளாஸ்திரி வரை தம்முடைய கோட்டையை அமைத்துத் தம்முடைய ஆதிக்கத்தை நிலை நிறுத்தியவர்கள். இவர்கள் இராஜ பரம்பரையைச் சேர்ந்தவர்கள் என்றும் கூறிக்கொள்கின்றனர். வெள்ளமா நாயுடு ஒவ்வொரு கோட்டையையும் கைப்பற்றும்போது சிவனின் மனைவி முன்பே சென்று உதவி புரிவாள். இவர்களின் வெற்றிக்கு இவளே காரணம் என்று கூறுகின்றனர். காளாஸ்திரி உப்பிலிபிட்டாபுரம், காக்கிநாடா போன்ற பகுதிகளில் இருந்து தமிழகத்திற்குக் குடியேறினர். இவர்களில் இரு பிரிவினர் உள்ளனர்.

1. பத்ம வெள்ளமார்கள் - இராஜ பரம்பரையைச் சேர்ந்தவர்கள்.

2. ஆதி வெள்ளமார்கள் - இரண்டாம் தரத்தினர்.

(தகவலாளி பெயர்: இராம நாயுடு, வயது: 64, தொழில்: விவசாயம், இடம்: கவரப்பேட்டை கிராமம், திருவள்ளூர் மாவட்டம்).

13. இருளர்

ஒரு நாள் சிவபெருமான் அனைத்து இனத்தவரையும் அழைத்து அவரவர்களுக்குத் தேவைப்படும் கருவிகளை எடுத்துக்கொள்ளுமாறு கூறினார். ஒவ்வொருவரும் தனக்குத் தேவையான பொருட்களை எடுத்துக்கொண்டனர். இருளன் கடைசியாக வந்து மண்வெட்டியும், கோடரியும் எடுத்தான். இதற்கு இவன் முறையிட சிவபெருமான் "நீ கடைசியாக வந்து இப்பொருளை எடுத்ததால் நீ கடைசிவரையிலும் இருளனாகவே இருப்பாய்" என்று வரம் கொடுத்தாராம்.

(தகவலாளி பெயர்: இராஜா, வயது: 54, தொழில்: எலி பிடித்தல், இடம்: குரங்கு தண்டலம் கிராமம், திருவள்ளூர் மாவட்டம்).

14. தொண்டை மண்டல ஆதிசைவ வேளாளர்

தொண்டை மண்டல ஆதிசைவ வேளாளரின் மூதாதையரைப் பல நூற்றாண்டுகளுக்கு முன்பு யாரோ துரத்தி வந்தார்களாம். அவர்களிடமிருந்து தப்பித்துக்கொள்ள சிவபெருமானிடம் இவர்கள் வேண்டினர். எதிரே இருந்த ஆற்றங்கரையைச் சிவபெருமான் இரண்டாகப் பிரித்து வழிவிட்டாராம். மூதாதையர் எதிரிகளின் தாக்குதலின் இருந்து தப்பித்துக் கரையின் மறுமுனையை அடைந்தனர். அப்போது முதல் இவர்கள் தங்களைச் சிவபெருமானின் வழித்தோன்றல் என்று கூறிக்கொள்கின்றனர். அந்நாளை நினைவுகூறும் வகையில் 'கார்த்திகை தீபம்' வழிபட ஆரம்பித்தனர். அதுவே இன்றுவரையில் 'திருவண்ணாமலையில்' தீபமாக ஏற்றுகின்றனர்.

(தகவலாளி பெயர்: மாணிக்க வாசகம், வயது: 61, தொழில்: வெற்றிலைத் தோட்டம் பயிரிடுதல், இடம்: கொசவன் பாளையம், திருவள்ளூர் மாவட்டம்).

சாதியத் தொன்மங்களைப் பற்றி களஆய்வு நிகழ்த்தியபோது எடுக்கப்பட்ட ஒளிப்படங்களின் தொகுப்பு

நரிக்குறவர்

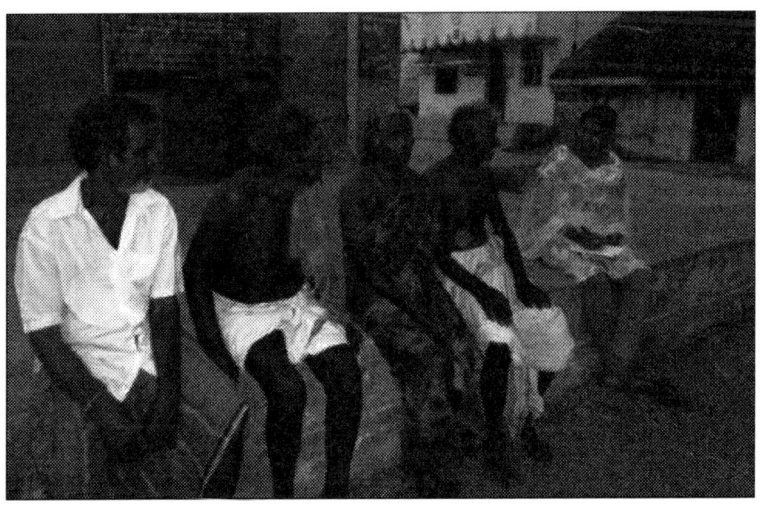

சாதியத் தொன்ம தகவல்களைத் திரட்டிய போது

நாவிதர்கள்

இருளர்களுடன் உரையாடல்

விஸ்வகர்மா

குறவர்

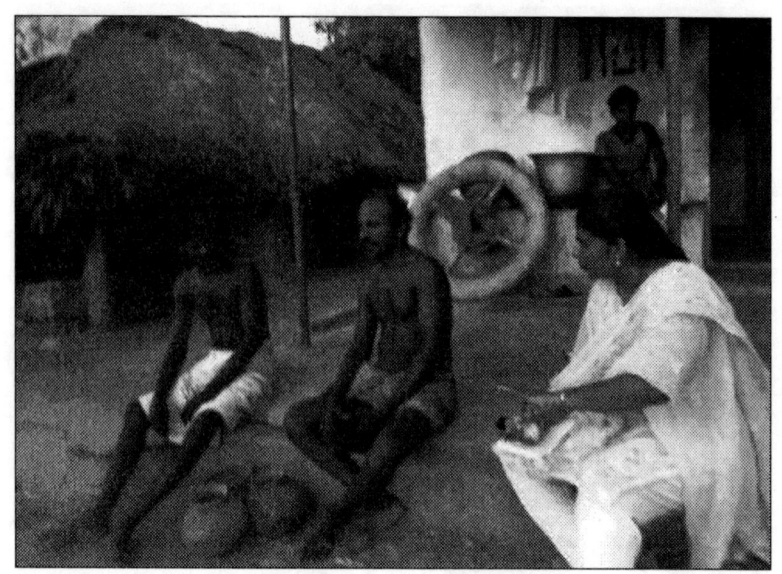

மண்பானை செய்யும் குயவர்

மலைக்குறவர்

நாடார்

இசை வேளாளர் (அம்பட்டர்)

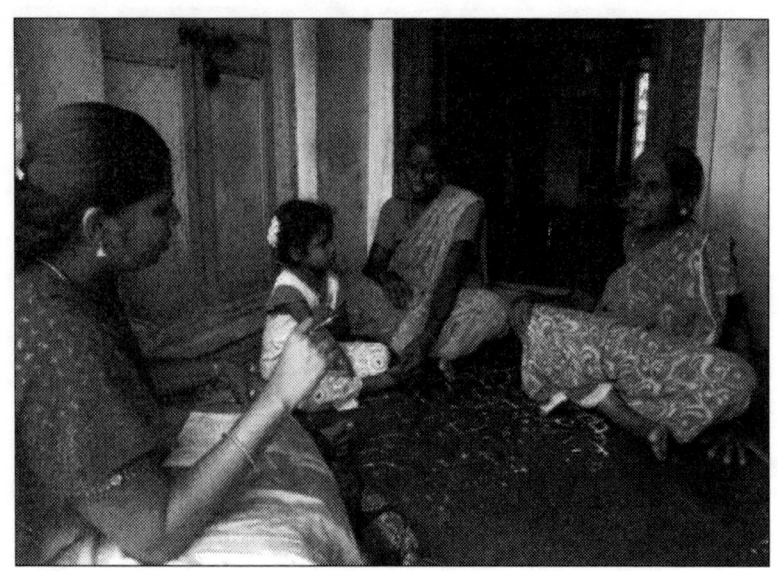

ஆயிரவைஷ்ய செட்டியார்

பூம்பூம் மாட்டுக்காரர் (நாடோடிகள்)

பிராமணர்

புதிரை வண்ணார்

நரிக்குறவர்

இருளர்

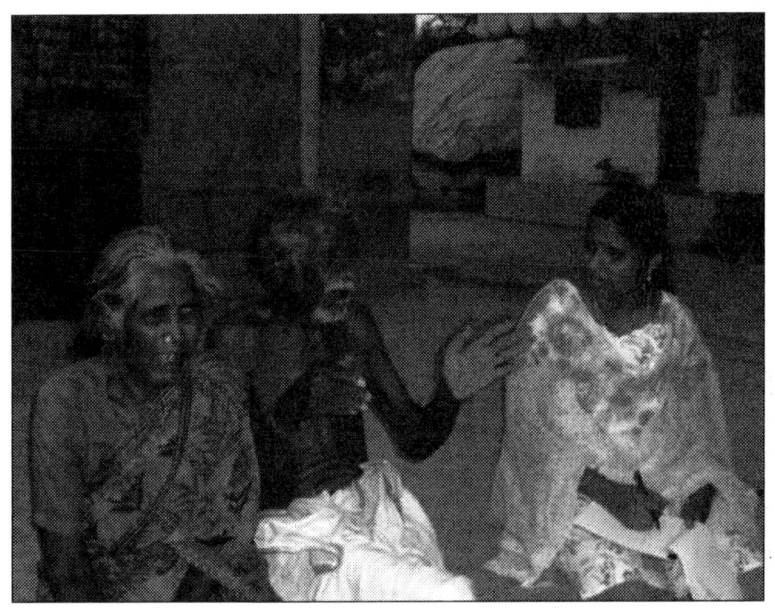

வன்னியர்

குயவர்

நரிக்குறவர்

தொம்பர்

11. தோற்றத் தொன்மங்கள் குறித்த கூற்றுகள்

மக்களின் உள்ளார்ந்த உணர்வின் தொடர்ச்சியான வெளிப்பாடே தொன்மம் என்று வரையறுக்கலாம். இவை காலந்தோறும் தொடர்ந்து மாறிக்கொண்டே செல்லும் தன்மையுடையது. ஒவ்வொரு இனத் தாரின் தொன்மமும் கடவுளை மையப்படுத்தியும், இயற்கைக்கு அப்பாற்பட்ட நிகழ்வுகளாகவும் சித்திரிக்கப்பட்டுள்ளது.

1. விஸ்வகர்மாவின் தொழில், பிரம்மாவின் தலையில் இருந்து உற்பத்தி செய்யப்பட்டதாகக் கூறப்பட்டுள்ள தொன்மத்தில், பிராமணர்கள் எவ்வாறு பிரம்மனின் தலையில் இருந்து தோன்றினார்களோ, அதைப் போலவே எங்களுடைய தொழிலும் பிரம்மனின் தலையில் இருந்து தோன்றியது என்றும், சமுதாயத்தில் பிராமணர்கள் உயர்ந்த இடத்தில் உள்ளதைப் போல இவர்களும் பிராமணர்களுக்கு நிகரானவர்கள் என்று கூற விழைகிறது இத் தொன்மம்.

2. சாணர்களின் தொன்மம், பனை மரத்தில் உள்ள கருப்பட்டியை உலகம் முழுவதும் விற்று வியாபாரம் செய்து வந்ததால் 'நாடாளன்' என்று பெயர் பெற்றதாகவும், பின்பு 'நாடார்' என்று பெயர் மருவியதாகவும் கூறிக்கொள்கின்றனர். இவ்வாறாக ஒரு காலத்தில் தாங்கள் நாட்டை ஆண்டதாகவும் பெருமிதம் கொள்கின்றனர்.

3. சிவனின் நாவில் தோன்றியவர்கள் என்று பெருமை கொண்டாலும், அம்பட்டர்கள் பின்னாளில் பிராமணர்களால் தாங்கள் கீழ்நிலைக்கு இறக்கப்பட்டு தங்களுடைய பூணூலை இழந்து மக்களுக்குச் சேவை செய்ய சேவைச் சாதியாக மாறியதை இத் தொன்மம் வெளிக் கொணர்கிறது.

4. குயவர்களின் தொழில் கருவியான மண் சக்கரம் சிவனால் உற்பத்தி செய்யப்பட்டது. இதனால் இத்தொழிலை உலகில் மிகச் சிறந்த தொழிலாக இவர்கள் கருதினர். மேலும் இந்தச் சாதியிலிருந்து வேறு சாதிக்குப் பெண் கொடுத்தால், செய்யும் தொழில் வராது என்று தொன்மம் வலியுறுத்துகிறது. இது அந்தச் சாதியின் 'அகமண முறையை' பாதுகாக்கவும் நிலைத்து நிற்கவும் உதவி செய்கிறது.

5. வன்னியர்களின் தோற்றத் தொன்மம், அவர்கள் சிவனின் நெற்றியில் இருந்து தோன்றியவர்கள் என்று கூறுகிறது. கடவுளின் நெற்றியைப் போலவே இவர்களும் சமுதாயத்தில் உயர்ந்த தலைமையிடத்தில் உள்ளதாகவும் கூறுகிறது. மேலும் வீரம் செறிந்த அடையாளத்தை உருவாக்கவும் இத்தொன்மம் வழி வகை செய்கிறது.

6. சமுதாயத்தில் மதிக்கத்தக்கதாகவும், உயர்வாகவும் வேதங்கள் திகழ்கின்றன. வேதங்களின் அடிப்படையில் தொன்மங்கள் தோன்றியதாகவும், அவ்வேதங்கள் நான்கு பிரிவுகளாகவும் பிரிக்கப் பட்டுள்ளன. உயர்ந்த இடத்தில் பிராமணர்கள் இருப்பதால் இவர்கள் ரிக், யஜுர் வேதத்தில் தோன்றியதாகவும் பிராமணர் களுக்கு அடுத்தபடியாக சத்திரியர்கள் இருப்பதால் இவர்கள் சாம வேதத்தில் தோன்றியதாகவும் சத்திரியர்களுக்கு அடுத்தபடியாக வைசியர்கள் மற்றும் சூத்திரர்கள் இருப்பதால் இவர்கள் அதர்வண வேதத்தில் தோன்றியதாகவும் தொன்மங்கள் வெளிக்காட்டு கின்றன. இவையனைத்தும் மக்களின் 'சமூகப் படிநிலையை' காட்டுகின்றன.

7. ஆயிர வைசியச் செட்டியார்கள் வியாபாரத்தில் தலைசிறந்தவர் களாக இருந்தபோதிலும் தங்கையின் வறுமையின் காரண மாகவே 'சாதியிலிருந்து விலக்கு' பெற்றனர் என்பதை இத் தொன்மம் சுட்டுகிறது.

8. லிங்காயத்துகள் இறை பக்தி நிரம்பியவர்கள் என்பதால் சிவனின் பக்தி நெறியைப் பரப்புவதற்கு இடம் விட்டு இடம் சென்றனர். மேலும் இத்தொன்மம் லிங்காயத்துகளின் 'இடப்பெயர்வை' பற்றி அறிய உதவுகிறது.

9. தொம்பரா மக்களின் தொன்மம், இம்மக்கள் எவ்வாறு சாதி யிலிருந்து விலக்கப்பட்டுக் கீழ்ச்சாதியாக மாறி ஊரின் ஒதுக்குப் புறத்தில் எவ்வாறு வைக்கப்பட்டிருந்தார்கள் என்பதை வெளிக் காட்டுகிறது.

10. வண்ணான் தன்னுடைய மனைவியின் தலையை வெட்டிப் பள்ளத்தில் போட்டதால் அவனுடைய திறமையைக் கண்டு சிவ பெருமான் வண்ணானுக்கு இத்தொழிலைக் கொடுத்ததாகவும் இத்தொன்மம் கூறுகிறது. வண்ணானின் தொழில் திறமையை வெளிக்காட்ட இத்தொன்மம் உறுதுணையாக நிற்கிறது.

11. சிவன் அனைத்து மக்களையும் அழைத்து, அவரவருக்குத் தேவை யான உழைப்புக் கருவிகளை எடுத்துச் செல்லுமாறு கூறுகையில் எல்லோரும் எடுத்து போக இருளர் கடைசியாக வந்ததால் அவர்களுக்கு மீதமிருந்த மண்வெட்டியும் கோடரியும் கிடைத்தன. இதனைச் சிவனிடம் முறையிட, சிவனோ "நீங்கள் கடைசியில் வந்து இப்பொருளை எடுத்ததால் கடைசிவரை இருளராகவே இருப்பீர்" என்று சாபமிட்டார். இதிலிருந்து இம்மக்கள் கடை நிலையில் இருப்பதற்கான காரணத்தை இத்தொன்மம் கூற விழை கிறது.

12. நாயுடுகளின் தொன்மம் ஆந்திராவிலிருந்து இவர்கள் எவ்வாறு தமிழகத்திற்குக் குடிபெயர்ந்தனர் என்பதை விளக்குகிறது.

இவ்வாறாகத் தொன்மங்கள் மக்களின் வாழ்வியலைப் பல வாறாகச் சித்திரிக்கின்றன. சில தொன்மங்கள் சாதி உயர்வையும், தொழில் உயர்வையும், அகமணமுறை, இடப்பெயர்வு, சாதி விலக்குதல், சாதிய உட்பிரிவுகளின் தோற்றம், சாதித் திறமை, சாதியப் படிநிலை போன்றவற்றை மறைமுகமாகவே வெளிக்காட்டுகின்றன. ஆகையால் சமுதாயத்தில் உயர்தகுதியில் இருக்கும் பிராமணர் முதல், கடைநிலையில் உள்ள சூத்திரன் வரை தன்னை சமுதாயத்தில் அடை யாளப்படுத்திக் கொள்ள ஏதோ ஒரு தொன்மத்தைக் காலந்தோறும் உருவாக்கிக் கொள்கிறார்கள் என்பதை அறியமுடிகிறது.

12. கலப்புச் சாதிகளின் பெயர்ப்பட்டியல்

அறிமுகம்

மனித இனக் கலப்பானது ஒரு தனிப்பட்ட மனிதனுக்கோ ஒரு குறிப்பிட்ட சமூகத்திற்கோ உரியதல்ல. உலகில் வாழும் ஒட்டு மொத்த மனித இனத்திற்கே பொதுவாக நடைபெறும் இயற்கை சார்ந்த நிகழ்வே கலப்பு. ஒரு மனித இனம் மற்றொரு இனத்தோடு கலப்பு அடைந்து புதிய இனம் தோன்றுவது போல தமிழ்ச் சமுதாயத்திலும் காலந்தோறும் பல்வேறு இனக்கலப்பும் சாதிக் கலப்பும் தொடர்ந்து நடைபெற்று வந்துள்ளன என்பதை சங்க இலக்கிய நூல்கள், தொல்லியல் ஆய்வுகளான கல்வெட்டுப் பதிவுகள், வரலாற்றுக் குறிப்புகள், புராண இதிகாசங்கள், வாய்மொழிப் பதிவுகள் போன்றவை கலப்புச் சாதிகளைப் பற்றிக் கூறுகின்றன. இவ்வாறாக மனித இனங்கள் பல்வேறு சூழல்களில் கலப்படைந்தவைகளாக உள்ளதால் கால ஓட்டத்தால் பல புதிய இனமாகவும் புதிய சாதியாகவும் தோன்றியுள்ளன என்பதை அறியமுடிகிறது. மேலே குறிப்பிட்டுள்ள சில பதிவுகளை வைத்துக் கொண்டு கலப்படைந்தவர்கள் மூலம் உருவான கலப்பினம் மற்றும் கலப்புச் சாதிகளின் பட்டியல் கீழே தொகுத்துத் தரப்பட்டுள்ளது.

1. பாரசைவன் - பிராமணன் ஒருவனுக்கும் சூத்திரப் பெண்ணுக்கும் பிறந்தவன்.

2. ராசு - மூன்றாம் பிரிவினர் அனுமனுக்கும் கடல் நங்கை ஒருத்திக்கும் பிறந்தவன்.

3. சாலே - கம்சாலன் ஒருவனுக்கும் குயத்தி ஒருத்திக்கும் பிறந்தவன்.

4. சாமந்தன் - மலபாருக்கு வந்த பெருமாள்கள் அங்கிருந்த உயர்குடி வகுப்பான நாயக்கர் பெண்ணுடன் உறவு கொண்டதன் மூலம் பிறந்தவன்.

5. சாணி - பூரியில் அரசாண்ட அரசருக்கும் அவருடைய காமக்கிழத்திக்கும் பிறந்தவன்.

6. சந்திரகுப்தர்	-	தாழ்ந்த சாதிப் பெண்ணுக்கும் அரசனுக்கும் பிறந்த மகன்.
7. சாஸ்தா	-	சிவனுக்கும் மோகினி உருவத்திலிருந்த திருமாலுக்கும் பிறந்தவன்.
8. மாஹிஷ்யர்	-	சத்திரியத் தகப்பனுக்கும் வைசியத் தாய்க்கும் பிறந்தவர்.
9. அஹீர்	-	பிராமணருக்கும் மருத்துவச் சாதிப் பெண்ணுக்கும் பிறந்தவர். (சத்திரிய தந்தைக்கும், வைசிய தாய்க்கும் பிறந்தவர் என்று பிரம்ம புராணம் குறிப்பிடுகிறது).
10. எழுத்தச்சன்	-	நம்பூதிரிக்கும் சூத்திரப் பெண்ணுக்கும் பிறந்தவர்கள்.
11. வியாசர்	-	பராசரன் எனும் பிராமணருக்கும் காளி என்கிற மீனவப் பெண்ணுக்கும் பிறந்தவர்.
12. ஸீதர்கள்	-	பார்ப்பனர்களுக்கும் சத்திரியர்களுக்கும் இடையே நிகழ்ந்த மணத்தில் பிறந்தவர்கள்.
13. சாதிப்பிள்ளை	-	வன்னிய ஆடவனுக்கும் தெலுங்குச் சாதிப் பெண்ணுக்கும் பிறந்தவர்கள்.
14. அம்பட்டன்	-	வைசியப் பெண்ணுக்கும் பிராமணனுக்கும் பிறந்தவன், மற்றும் பிராமணனுக்கும், சூத்திரப் பெண்ணுக்கும் பிறந்தவன் என்றும் குறிப்பிடப்படுகிறது.
15. ஆயோகவன்	-	அரசர் குலப் பெண்ணுக்கும் வணிகக் குடி ஆணுக்கும் பிறந்தவன்.
16. இடையன்	-	சூத்திரனுக்கும் வைசிய கன்னிக்கும் பிறந்தவன்.
17. இலை வாணியன்	-	வைசியனுக்கும் பிராமணப் பெண் ஒருத்திக்கும் பிறந்தவன்; இவருக்கு மணி அடித்துப் பிச்சை எடுப்பது வழக்கம்.
18. குயவன்	-	வைசியப் பெண்ணும் பிராமணனும் கூடிப் பெற்ற பிள்ளை.

19. கைக்கோளன்	-	வைசியனுக்கும் அரசக்கன்னிக்கும் (சாலியன்) பிறந்தவன்.
20. துணிநெய்வோன்	-	வைசியனுக்கும் சூத்திரப் பெண்ணுக்கும் பிறந்தவன்.
21. சண்டாளன்	-	சூத்திரன் பிராமணப் பெண்ணுடன் கூடிப் பெற்ற பிள்ளை.
22. கம்மியன்	-	அக்னி வியாழன் சந்ததியிடம் கூடிப்பெற்ற பிள்ளை.
23. சவநன்	-	பிராமணனுக்கும் சூத்திரப் பெண்ணுக்கும் பிறந்தவன்.
24. சவன்னன்	-	இராஜஸ்திரிக்கும் பிராமணனுக்கும் பிறந்தவன்.
25. சாவர்ணிமனு	-	சூரியனுக்கும் சாயாதேவிக்கும் பிறந்தவன்.
26. சான்றான்	-	சூத்திரனுக்கும் அரச கன்னிக்கும் பிறந்தவன்.
27. சூதன்	-	மன்னனுக்கும் பிராமணப் பெண்ணுக்கும் பிறந்தவன்.
28. செம்படவன்	-	பிராமணனுக்கும் சூத்திர மனைவிக்கும் பிறந்தவன்.
29. சேநாபதி	-	பிராமணன் அரச கன்னிகையுடன் கூடியதால் பிறந்தவன்.
30. சைந்திரயன்	-	தஸ்யூவானவன் அயோகவப் பெண்ணைக் கூடிப் பிறந்தவன்.
31. சோபாகன்	-	சண்டாளனுக்குப் புல்க சாதி ஸ்திரியிடம் பிறந்தவன்.
32. தச்சன்	-	அரசனுக்குப் பிராமணப் பெண் மூலம் பிறந்த பிள்ளை.
33. தஸ்யூ	-	அயோகவனுக்கும் சூத்திரப் பெண்ணுக்கும் பிறந்தவர்.
34. திக்குவணன்	-	பிராமணனுக்கும் அயோகவ கன்னிக்கும் பிறந்த குமரன் (இவன் தொழில் வர்த்தகம் செய்தல்) மனு குறிப்பிடுகிறது.

35.	நிஷாதன்	-	பிராமணனுக்கும் சூத்திரப் பெண்ணுக்கும் பிறந்தவன். (இவன் தொழில் மீன்பிடித்தல்).
36.	படகு தச்சன்	-	சூத்திரனுக்கும் பிராமணப் பெண்ணுக்கும் பிறந்தவன்.
37.	பாணன்	-	வைசியனுக்கும் பிராமணப் பெண்ணுக்கும் பிறந்தவன்.
38.	பாம்பாட்டி	-	அந்தணனுக்கும் சூத்திரக் கன்னிக்கும் பிறந்தவன்.
39.	புலையன்	-	சூத்திரனுக்கும் பிராமணப் பெண்ணுக்கும் பிறந்தவன்.
40.	புல்கசன்	-	நிஷாதனுக்கும் சூரஸ்திரியிடம் பிறந்தவன். இவன் தொழில், வலைகளில் எலி பிடித்தல்.
41.	புளிந்தன்	-	வைசிய குமரிக்கும் அரசனுக்கும் பிறந்தவர்.
42.	பூ வாணியன்	-	இலை வாணியனுக்கும் அரச கன்னிக்கும் பிறந்தவன்.
43.	பெருஞ்சாகரன்	-	அகத்தியருக்கும் சமுத்திரக் கன்னிக்கும் பிறந்தவன். இவன் திருவாரூர் புலைச்சியை கூடிப் பகவன் என்பவனைப் பெற்றான்.
44.	மாகிட்டியா	-	வைசியப் பெண்ணுக்கும் அரசனுக்கும் பிறந்தவன்.
45.	மாலுமி	-	மருத்துவனுக்கும் பிராமணப் பெண்ணுக்கும் பிறந்தவன்.
46.	மிலேச்சன்	-	பிராமணப் பெண்ணுக்கும் அரசனுக்கும் பிறந்தவன்.
47.	மீன் வலையன்	-	சாலியன் வைசியப் பெண்ணுக்கும் பிறந்தவர்.
48.	மேதவசர்	-	சண்டாளனுக்கும் வைதேக ஸ்திரியிடம் பிறந்தவன்.
49.	யுயுச்சு	-	திருதராட்டினுக்கும் தாசிக்கும் பிறந்தவன்.
50.	வண்ணான்	-	வைசியப் பெண்ணுக்கும் பிராமணனுக்கும் பிறந்த பிள்ளை.

51. வளம்பர்	-	வேளாளர்க்கும் வலைச்சிக்கும் பிறந்தவன்.
52. வாணிபன்	-	சூத்திரனுக்கும் வைசியப் பெண்ணுக்கும் பிறந்தவன்.
53. விராத்தியன்	-	பிரதிலோமத் தந்தைக்கும் அனுலோமத் தாய்க்கும் பிறந்தவன்.
54. வில்லவன்	-	அசமுகிக்கும் துருவாசருக்கும் பிறந்த குமரன்.
55. வெட்டியான்	-	சண்டாளனுக்கும் நிஷாத சாதி பெண்ணுக்கும் பிறந்தவர்.
56. வேடன்	-	வைசியனுக்கும் அரசக் கன்னிகைக்கும் பிறந்தவன்.
57. வேணன்	-	வைதேகனுக்கும் அம்பட்ட கன்னிக்கும் பிறந்தவன்.
58. வைதேகன்	-	அரசப் பெண்ணுக்கும் வணிகனுக்கும் பிறந்த குமரன்.
59. வைணதேயர்	-	வசிஷ்டருக்கும் சூத்திரப் பெண்ணுக்கும் பிறந்தவன்.
60. கோயி	-	வீமசேனனுக்கும் காட்டுச்சாதிப் பெண்ணுக்கும் தோன்றிய சந்ததியினர்.
61. தக்கேடா	-	இவர்கள் மலைசாதியினருக்கும் பிராமணர்களுக்கும் கலந்து உதித்தோர்.
62. மரக்காயர்	-	இந்தியத் தாய்மாருக்கும் அரோபிய தந்தைக்கும் பிறந்தவன்.
63. மாப்பிள்ளைமார்	-	அரேபியாவிலிருந்து வந்த வணிகர்க்கும்; இந்திய நாட்டுப் பெண்களுக்கும் பிறந்தவர்கள்.
64. யூரேசியர்கள்	-	ஐரோப்பிய தந்தைக்கும் இந்தியத் தாய் மார்க்கும் பிறந்தவர்கள்.
65. பள்ளர்	-	சூத்திரனுக்கும் பிராமணப் பெண்ணுக்கும் பிறந்தவன்.
66. குசலன்	-	சத்திரியப் பெண்ணுக்கும் சூத்திர ஆணுக்கும் பிறந்தவன்.

67.	பிரம்ம சண்டாளன் -	பிராமணனுக்கும் சூத்திரப் பெண்ணுக்கும் பிறந்தவர்.
68.	ஊர் பிராமணன் -	பிராமணனுக்கும் பிராமண விதவைக்கும் பிறந்தவன்.
69.	சட்டைக்காரன் -	ஐரோப்பியருக்கும் - இந்தியருக்கும் பிறந்த கலப்புக் குழந்தை.
70.	குறும்பர் -	குறும்பு காபு என்பவனுடைய முறையற்ற மனைவிக்குப் பிறந்தவன்.
71.	மணிமேகலை -	கோவலனுக்கும் பரத்தையர் குல மாதவிக்கும் பிறந்தவள்.
72.	பிரம்ம சத்திரியர் -	பிராமண ஆடவர்க்கும் வைசியப் பெண்ணுக்கும் பிறந்தவன்.
73.	பரத்வாஜா -	நாதர் பிரகஸ்பதி தனது அண்ணன் மனைவியோடு தகாத முறையில் கொண்ட உறவின் மூலம் பிறந்த குழந்தை.
74.	கர்ணன் -	சூத்திரப் பெண்ணுக்கும் வைசியனுக்கும் பிறந்தவன்.
75.	உக்ரன் -	சூத்திரப் பெண்ணுக்கும் சத்திரியனுக்கும் பிறந்தவர்.
76.	அனுலோமர் -	அரசக் குலத்தைச் சார்ந்த ஆடவனுக்கும் கருணீக இனத்தைச் சேர்ந்த பெண்ணுக்கும் பிறந்தவராவார்.
77.	பிரதிலோமர் -	அரசகுலப் பெண்ணொருத்திக்கும் வணிகர் குடி ஆடவன் ஒருவனுக்கும் பிறந்தவராவார்.
78.	மாகதர் -	வைசிய தந்தைக்கும் சத்திரியத் தாய்க்கும் பிறந்தவர்.
79.	ஆங்கிலோ இந்தியன் -	ஆங்கிலேயர்கள் இந்தியர்களோடு கலப்படைந்ததன் மூலம் பிறந்தவர்.
80.	ஆரியர் -	இந்தோ - இரானிய கலப்பினத்தவர்.
81.	சந்திரகுப்தன் -	நந்த மன்னர்களில் இறுதியானவராகிய தன நந்தர் என்பவர் சூத்திர குலமங்கையுடன் கொண்ட உறவில் பிறந்தவர்.

82. அபசதர் - நிஷாதப் பெண்ணுக்கும் சண்டாளனுக்கும் பிறந்தவன்.

83. கடகாரன் - வணிகன் சூத்திரப் பெண்ணைச் சேர்ந்து பெற்ற பிள்ளை.

84. கத்தா - அரசன் பிராமணப் பெண்ணுக்கும் பிறந்த குமரன்.

85. கரண்டண் - சூத்திரப் பெண்ணை மாகதன் கூடிப் பெற்ற மகன்.

86. காராவாணன் - சாதனுக்கும் வைதேகப் பெண்ணுக்கும் பிறந்தவன்.

87. காரூசன் - வைசியப் பெண்ணுக்கும் விராசியனுக்கும் பிறந்தவன்.

88. குகபன் - சுவபசற்கும் பிராமணப் பெண்ணுக்கும் பிறந்த பிள்ளை.

89. குக்குடன் - வேடனுக்கும் சூத்திரப் பெண்ணுக்கும் பிறந்தவன்.

90.கௌதாலிகன் - பரதவனும் வண்ணாத்தியும் கூடிப்பெற்ற பிள்ளை.

91. உக்கிரன் - சத்திரியனுக்கும் சூத்திரப் பெண்ணுக்கும் பிறந்தவன்.

92. தக்ககன் - பிராமணப் பெண்ணுக்கும் உக்கிரனுக்கும் பிறந்தவன்.

93. சூசகன் - வைசியனுக்கும் சூத்திரப் பெண்ணுக்கும் பிறந்தவன்.

94.தெண்டகன் - சத்திரியனுக்கும் சூத்திரப் பெண்ணுக்குப் பிறந்தவன்.

95. பைரவன் - சூத்திரப் பெண் நிடாதனைக் கூடிப் பெற்ற பிள்ளை.

96. விதுரன் - வியாசனுக்கும் அரண்மனைப் பணிப் பெண்ணுக்கும் பிறந்தவன்.

97. ஷத்தாவ் - சத்தரியப் பெண்ணுக்கும் சூத்திரனுக்கும் பிறந்தவன்.

98. ஆல்பினொ - பாண்டுவான பெண் ஒருத்திக்கும் ஐரோப்பியன் ஒருவனுக்கும் பிறந்த குழந்தை.

99. அம்பலவாசி - உயர்ந்த மற்றும் தாழ்ந்த சாதியிடையே நிகழ்ந்த உறவு காரணமாகத் தோன்றியவர்கள். ஆகையால் இவர்கள் அனுலோம கலப்பாகவோ, அல்லது பிரதிலோம கலப்பாகவோ கருதப்படுவர்.

100. அருவர் - ஒரியப் பெண்களுக்கும் முகமதியர்களான பட்டாணியர்களுக்கும் பிறந்தவர்கள்.

101. பலிசர் - காபு அல்லது ரெட்டி சாதியிலிருந்து பிரிந்த கிளையினர். இவர்கள் முறையற்ற திருமண உறவின் மூலம் பிறந்தவர்கள்.

102. பெஸ்தர் - சூதன் எனும் சத்திரியனுக்கும் பிராமணப் பெண்ணுக்கும் பிறந்தவர். சூதன் என்பது சமையல்காரன் என்று பொருள்படுவதால் பெஸ்தர்கள் சமையல் கலைத் திறமை பெற்றிருக்கக்கூடும்.

103. பட்ராசு - வைசியனுக்கும் சத்திரியப் பெண்ணுக்கும் பிறந்தவர்கள் இவர்கள் இராசாக்கள் எனவும் அழைக்கப்படுகின்றனர்.

104. பாயிபுவொ - அரசனுக்கும் காமக்கிழத்திக்கும் முறையற்ற வழியில் பிறந்தவர்கள்.

105. செஞ்சு - அகோபிலம் நரசிம்மர் என்பவர் பழங்குடியை சேர்ந்த பெண் ஒருத்தியை மணந்து கொண்டார் இவர்களின் குழந்தை செஞ்சு.

106. சீனத் தமிழ்க்கலப்பினம் - சீன ஆடவர்களுக்கும் தமிழ்ப் பெண்களுக்கும் பிறந்தவர்கள்.

107. தாகூர் - பிராமணர்களுக்கு முறையற்ற வழியில் பிறந்தவர்கள்.

108. தொழுவர் - அரசனுக்கும் காமக்கிழத்திக்கும் முறையற்ற வழி பிறந்தவர்கள்.

109. தூதேலர் - முகமதியர்கள் மற்ற இனப் பெண்களோடு கொண்ட உறவின் வழி பிறந்தவர்கள்.

110. கமலலர்	-	ஈதிகர் குலத்தைச் சேர்ந்த பெண் ஒருத்திக்கும் முனிவருக்கும் பிறந்த குழந்தை.
111. கவுடி	-	ஒருத்தி தன் சாதியைவிடத் தாழ்ந்த சாதி ஒருவனோடு உடல்உறவு கொள்ளின் அவள் கவுடி என்று தாழ்த்தப்படுகிறாள்.
112. காசுல	-	அஸ்தினாபுரத்தை ஆண்ட சந்தனு மன்னனுக்கும் யமுனைக் கரையில் வாழும் மீனவ பெண்ணுக்கும் பிறந்தவன்.
113. கோலகர்	-	பிராமணர்களுக்கும் கோயில் பணி செய்த பெண்ணுக்கும் பிறந்த பிள்ளை.
114. எர்ல (அ) சிவப்பு-		இவர்கள் பிராமணர்களுக்கும் கோல்லர் சாதிப் பெண்களுக்கும் பிறந்தவர்கள்.
115. கோசாங்கி	-	மாதிர்களுக்கு அவர்களுடைய புற ஒழுகத் தொடர்பால் பிறந்தவர்.
116. இளமகன்	-	வலம்பன் பெண்களுக்கும் வேளாளர் ஆண்களுக்கும் பிறந்தவர்.
117. செங்கல்பட்டு இருளர்	-	ஒரு முனிவர் இவ்வினப் பெண்களோடு உடலுறவு கொண்டமையால் பல புதிய சாதிகள் தோன்றின.
118. ஜாலாரி	-	ஏழு கம்பத்தார் முறையற்ற மண உறவுகளின் வழிப் பிறந்தவர்கள்.
119. சாக்கியர்	-	பிராமண மனைவிக்கும் சத்திரியக் கணவனுக்கும் பிறந்தவர்.
120. மராட்டியர்	-	மூன்றாம் பிரிவினராகிய லேகாவலியினர் பிற மராட்டியரின் முறையற்ற தொடர்பின் வழிப் பிறந்தவர்கள்.
121. முந்நூத்திக்கும்பு	-	பலிசர்களின் முறையற்ற உறவின் மூலம் பிறந்தவர்கள். இவர்கள் கலப்புச் சாதி உடையவர்கள் என்று கர்நூல் மாவட்டக் கையோட்டில் பதியப்பட்டுள்ளது.
122. முஸ்தி கோல்லர்	-	கலப்புச் சாதியரானவர் இரவலர். முஸ்தி என்பது பிச்சை எனப்படும்.

123. நம்பூதிரி பிராமணர்	-	இவர்கள் உடம்பில் சத்திரிய இரத்தக் கலப்பு இருப்பதால் இவர்கள் சாதிக்கலப்பு உடையவர்களாகக் கருதப்படுகின்றனர்.
124. அம்பலவாசி	-	சிவதுவஜினுக்கும் பிராமணப் பெண்ணின் வழிப் பிறந்தவர்கள்.
125. நங்குடி வேளாளர்	-	அக்கினி மகாமுனிவர் தவம் செய்கையில் அரச மகளிர் மூவர் குளிக்க வந்தனர். முனிவர் அந்த மூவர் மீது காதல் கொண்டதால் அம்மூவருக்கும் மூன்று பிள்ளைகள் பிறந்தன. அவர்கள் பிற்காலத்தில் அரசர்களாக வரக் கூடும் எனக்கூறி அந்த முனிவர் அக் குழந்தைகளை வளர்க்கும்படி கொற்கையைச் சேர்ந்த வேளாளர்களைக் கேட்டுக் கொண்டனர். அக்குழந்தைகளே சேர, சோழ, பாண் டிய மன்னராயினர் எனக் கதை வழங்குகிறது.
126. நாட்டுக் கோட்டைச் செட்டியார்	-	முகமதியனுக்கும் கள்ளர் சாதிப் பெண் ணுக்கும் முறைகேடாக பிறந்தவர்களின் வழி வந்தவர்கள் என்றும், மற்ற சாதியார் நாட்டுக் கோட்டைச் செட்டியை முகமதியர் ஒருவன் உப்பு குறத்தியோடு கொண்ட உறவின் காரணமாகப் பிறந்தவர்கள்.
127. நாயர்	-	பரசுராமனால் கொண்டு சேர்க்கப்பட்ட தேவ காந்தர்வ இராக்கதப் பெண்களோடு நம்பூதிரிகள் கொண்ட உறவின் காரணமாகத் தோன்றியவர்கள். இச்சாதியர் தங்கள் வழக்கப் படி மற்ற உயர் சாதியினரோடு கொள்ளும் கலப்பு உறவின் காரணமாகத் தங்களிடையே மிகுதியான ஆரியக் குருதிக் கலப்புடையவர் களாக உள்ளனர்.
128. ஒடிய	-	கலப்புச் சாதியினைச் சேர்ந்தவர்களும் சில போது தங்களை ஒடியர் எனக் கொள் கின்றனர்.
129. பிராமணன்	-	பிராமணத் தந்தைக்கும் சத்திரிய தாய்க்கும் பிறந்தவன்.

130. சத்திரியன் - சத்திரியத் தந்தைக்கும் வைசிய தாய்க்கும் பிறந்தவன்.

131. சூத்திரன் - வைசியத் தந்தைக்கும் சூத்திரத் தாய்க்கும் பிறந்தவன்.

132. பாணான் - மலபாரைச் சேர்ந்த புகழ்பெற்ற துறவியான திருவரங்கனுக்கும் பறையர் சாதிப் பெண் ஒருத்திக்கும் பிறந்தவன்.

133. பஞ்சாரம் - கிருஷ்ணன் தான் விரும்பிய இடைச் சாதி யினை சேர்ந்த கைம்பெண்களின் கழுத்தில் அணியை அணிவித்து அவர்களோடு உடல் உறவு கொண்டதன் விளைவாக தோன்றி யவர்கள்.

134. பாணொ - சிதராக்கள் கோண்ட் ஆண்களுக்கும், ஹட்டி சாதிப் பெண்களுக்கும் பிறந்தவர்கள்.

135.விக்கிரமாதித்தன்- சந்திர குப்தனுக்கும் சத்திரிய குலத்தை சேர்ந்த பெண்ணுக்கும் பிறந்த மகன்.

136. பெண்டிய - பெடொ (பெரிய அல்லது உரிய) சென்னொ (சிறிய என்ற அகமணக் கட்டுடைய பிரிவு களாக இவர்கள் பிரிக்கப்பட்டுள்ளனர். இப் பிரிவினருள் பின்னவர் முன்னவர்களின் முறையற்ற உறவின் வழிப் பிறந்தவர்கள் என்று கூறப்படுகிறது.

137. பிசாரடி - பிசார என்பது துறவியின் சீடன் எனப் பொருள்படும். இவர் ஒரு பரசவப் பெண்ணை மணந்தார் இவர்களுக்குப் பிறந்த குழந்தை பிசாரடி எனப்பட்டது.

138. புள்ளுவர் - முறைகேடான உடலுறவின் மூலம் பிறந்த கலப்புக் குழந்தை.

140. ரோணர் - 1. கொட்டிய பைகொ இவர்கள் ரோண பைகொக்களுக்கு மலைப்பகுதியைச் சேர்ந்த பழங்குடியினப் பெண்கள்வழிப் பிறந்தவர்.

		2. பட்டிய பைக்கொட்டிய பைகொக்களுக்கு மலைப்பகுதியைச் சேர்ந்த பழங்குடியினர்வழிப் பிறந்தவர்கள்.
141.	சகவாசி	- தாழ்ந்த சாதியைச் சேர்ந்தவளோடு தகாத உறவு கொண்ட காரணத்திற்காக அவன் தன் சாதியை விட்டு விலக்கப்பட்டபோது அவன் தந்த விருந்தில் கலந்துகொண்டவர்களும் சாதி விலக்கத்திற்கு உள்ளானவர்களாக இப் பெயருக்கு உரியவராயினர்.
142.	சாலே	- கம்சாலன் ஒருவனுக்கும் குயத்தி ஒருத்திக்கும் பிறந்தவர்களின் வழித் தோன்றல்.
143.	சாமந்தன்	- மலபாருக்கு வந்து சேர்ந்த பெருமாள்கள் உயர்வகுப்பு நாயர் பெண்களுடன் திருமணம் செய்து கொண்டதன் வழி பிறந்தவர்கள்.
144.	சொண்டி	- 1. கைவரச் சாதியினைச் சேர்ந்த ஆணுக்கும் கௌதிக சாதிப் பெண்ணுக்கும் பிறந்தவர்கள். இந்த இரு சாதிகளும் பிரதிலோம சாதிகளாம்.
		2. பிராமணப் பெண்வழிப் பிறந்த சாதியினர்.
		3. சன்னொகுல முதல் இரண்டு குலத்தவர்களின்முறையற்ற உறவின் வழிப் பிறந்த சந்ததியினர்.
145.	சிரிஷ்டி கர்ணம்	- பிராமணர்களுக்கு பிராமண சாதி விதவைகள் வாயிலாகவும் சாதி விலக்கம் பெற்ற பிராமணத்தின் வாயிலாகவும் பிறந்தவர்களின் சந்ததியினராக மனு கூறியுள்ள கோல கருக்கு ஒப்பானவர்கள்.
146.	அரவான்	- அர்ச்சுனனுக்கும் உலூபி எனும் நாக கன்னிகைக்கும் பிறந்த மகன்.
147.	அடியன்	- உயர்குலப் பிரிவினர் ஒருவருக்கும் தாழ்ந்த சமூகப் பெண் ஒருத்திக்கும் உதித்த வழித் தோன்றல்.

148. உள்ளாடர் - நம்பூதிரி மற்றும் பிராமணப் பெண் ஒருத்திக்குமான வழித் தோன்றல்கள்.

149. வள்ளுவன் - 1. திருவள்ளுவ நாயனார் வேளாளர் சாதியினைச் சேர்ந்த ஒருத்தியை மணந்து கொண்டார்.

2. பிராமண முனிவர் ஒருவருக்கும் பறையர் சாதிப் பெண் ஒருத்திக்கும் இடையே ஏற்பட்ட உறவின் வழிப் பிறந்தவர்கள்.

150. வாணியர் - 1. வாணியருக்கு முறையற்ற உறவின் வழிப் பிறந்தவர்கள் பிள்ளைக் கூட்டம் எனப் படுகின்றனர். 2. இவர்கள் நெடுங்காலத்திற்கு முன் வாணியன் ஒருவன் வைப் பாட்டிக்குப் பிறந்தவர்களின் வழி வந்தவர்கள் என்றும் கூறுவர்.

151. வெலொமர் - அனுலொமா மற்றும் வெலொமர் இரண்டும் சூத்திரச் சாதிப் பிரிவுகள். இப்பெயர் தாழ்ந்த சாதி ஆணுக்கும் உயர் சாதிப் பெண்ணுக்கும் இடையே ஏற்பட்ட உறவின் காரணமாகப் பிறந்தவர்கள்.

152. விப்ரவினோதி - ஒரு லிங்காயத்துப் பெண்ணுக்கும் பிராமணன் ஒருவனுக்கும் பிறந்த சந்ததியினர்.

153. காளிதாசன் - வைசியனுக்கும் சூத்திர பெண்ணுக்கும் பிறந்தவர் (இரகு வம்சம்).

154. கோத்தர் - கோத்தர்கள் மலைப்பகுதியில் குடியமர்ந்த பின் அங்கிருந்த தோடர்களோடு குருதிக் கலப்புக்கு உள்ளாயினர்.

155. லம்பாடியர் - முலனின் மூன்று பிள்ளைகளுள் சவான் (சயுகான்) என்பவன் ஒருவன். அவனுக்கு பிறந்த 6 பிள்ளைகளும் தனித்தனியே ஒவ்வொரு குலத்தைத் தோற்றுவித்தனர்.

156. லோகாவலி - சண்டூர் மாநிலத்தைச் சேர்ந்த மராட்டியரின் ஓர் பிரிவினர் வேறு மராட்டியரோடு கொண்ட தகாத உறவின் வழிப்பிறந்தவர்கள்

என பெல்லாரி மாவட்ட விவரக் குறிப்பில் தெரிவிக்கப்பட்டுள்ளது.

157. மங்கலர் - வைசியப் பெண் ஒருத்திக்கும் பிராமணனின் வழித் தோன்றல்கள்.

158. முக்குவன் - மாப்பிள்ளாக்கள் முக்குவன் சாதிப் பெண்களோடு தொடர்பு வைத்துக்கொள்ள அனுமதிக்கப்பட்டதாகவும் இத்தகைய உறவுகளின் வழி வெள்ளிக்கிழமையன்று பிறக்கும் ஆண் குழந்தைகள் மாப்பிள்ளா வகுப்பாரிடம் ஒப்படைக்கப்பட்டுவிடும் என்று கூறப்படுகிறது.

159. பிரம்ம சத்திரியர்கள் - சாதவாகனப் பேரரசில் அரசிகள் பௌத்த மதத்தைப் பின்பற்றியதைக் காணலாம். மேலும் இத்தகைய நாக அரசிகளை மணந்து பிராமணர்கள் அரசுப் பதவி பெற்றிருந்தனர். இவ்வாறு 'பிரம்ம சத்திரியர்கள்' என்ற புதுக்குலம் தோன்றியது.

160. சாண்டிகள் - தாழ்ந்த சாதியுள்ள ஒருவனுக்கும் உயர்ந்த சாதியுள்ள பெண்ணுக்கும் பிறந்தவர்கள்.

161. இராசபுத்திரர்கள் - இவர்களைப் பற்றிய அதிகாரப்பூர்வமாக ஆராய்ச்சி நூல்களை எழுதிய 'கர்னல் சாட்' என்பவர், இராசபுத்திரர்கள் 'கலப்பினத்தவர்கள்'. சாகர்கள், பார்த்தியர்கள், கூணர்கள், குஷாணர்கள் போன்றோருடன், இந்தியாவில் புகுந்த ஆரியர்கள் குருதிக் கலப்பு உண்டாக்கி அதன் மூலம் உருவானதே இராசபுத்திர இனமென்றும் கூறுகின்றார்.

162. வைத்தியா - வங்காளத்தில் வசதியுள்ள பெரும்பாலான இந்துக்கள் 'வைத்தியா' அல்லது 'காயஸ்தா' என்ற சாதியைச் சேர்ந்தவர்ளாக இருக்கின்றனர். இவர்கள் சூத்திரர்களாகவே கருதப் படுகின்றனர். ஆனால் மனுவின் கூற்றுப்படி

'வைத்தியா' சாதியைச் சேர்ந்தவர்கள் பிராமணத் தகப்பனுக்கும் வைசியத் தாய்க்கும் பிறந்தவர்கள்.

163. மாதங்கா (கீழ்ச்சாதிக்காரன்) - அவனுடைய தாய் மது மயக்கத்திலிருந்த போது ஒரு நாவிதனைத் தழுவியதால் பிறந்தவன்.

164. ஆபுத்திரன் - பிராமணப் பெண்ணுக்கும் சூத்திரனுக்கும் பிறந்த பிள்ளை.

165. பைரவன் - நிஷாதனுக்கும் சூத்திரப் பெண்ணுக்கும் பிறந்தவன்.

166. மணியக்காரன் - வைசியனுக்கும் அதே சாதிப் பெண்ணுக்கும் தகாத உறவின் மூலம் பிறந்தவர்.

167. மாலர் - பிராமணப் பெண்ணுக்கும் சூத்திரனுக்கும் பிறந்தவர்.

168. மாலாசிதன் - சூத்திரனுக்கும் அக்குலப் பெண்ணுக்கும் சோரத்திற் பிறந்தவர்.

169. மேதவர் - சண்டாளனுக்கும் வைதேசப் பெண்ணுக்கும் பிறந்தவன்.

170. விதுரன் - திருதராட்டிதன் மந்திரி வியாசனுக்கும் அரண்மனைப் பணிப் பெண்ணுக்கும் பிறந்தவன்.

171. வேளாளர் - சிவனுக்கும் கங்கைக்கும் பிறந்தவர்கள்.

172. நரிக்குறவர் - இவர்கள் குதிராத்தோ, மேவாடோ, டாபி, சேளியா, சோகன் என்று ஐந்து பிரிவுகளாக உள்ளனர். இதில் டாபி வழியில் வந்தவர்கள் கீழ்நிலையில் உள்ளவர்களாக கருதப்படுகின்றனர். மேலும், இவர்கள் ஐந்தாம் பிரிவைச் சேர்ந்தவர்கள். இவர்களுக்கு பிறக்கும் குழந்தைகள் கலப்பினத்தவர்கள் அல்லது குலாம்பு (அடிமைகள்) என்று அழைக்கப்படுகின்றனர்.

173. நிடாதன் - பிராமணன் சூத்திர குலக் கன்னிகையை விவாகஞ் செய்து பிறந்தவர். இவருக்கு

(கீழ்ச்சாதிக்காரன்) சித்தர் வேட்டைக்காரர்' எனவும் பெயர்.

174. கூவிதர் - சத்திரியன் பிராமண மகளிரை முறையாக விவாகஞ் செய்து பிறந்தவர்.

175. பிங்களர் - பிராமணனுக்கும் அயோகவப் பெண்ணுக்கும் பிறந்தவர்.

176. நாத்தகர் - சவர்ணனுக்கும் அம்பட்டப் பெண்ணுக்கும் பிறந்தவர்.

177. மாதங்கர் - மாகிட்டியனுக்கும் கரணப் பெண்ணுக்கும் பிறந்தவர்.

178. நடர் - மல்லனுக்கும் விச்சுலை குலப் பெண் ணுக்கும் பிறந்தவர்.

179. திரமிளர் - சற்பகனுக்கும் சத்திரியப் பெண்ணுக்கும் பிறந்தவர்.

180. சர்மசீவியர் - நிடாதனுக்கும் காரோசருமப் பெண்ணுக்கும் பிறந்தவர்.

181. நீலாதி விககிரோதா - அயோகவனுக்கும் நீலக்காரப் வண்ண பெண்ணுக்கும் பிறந்தவன்.

182. சுவபாகா - ஷத்தாவுக்கும் உக்கிரசாதிப் பெண்ணுக்கும் பிறந்தவர்.

183. குககுடர் - சூத்திரனுக்கும் நிடாதப் பெண்ணுக்கும் பிறந்தவர்.

184. புலகசா - வைதேகனுக்கும் அம்பட்டச் சாதி பெண் ணுக்கும் பிறந்தவன்.

185. ஆவிரதர் - பிராமணனுக்கும் உக்கிரசாதிப் பெண் ணுக்கும் பிறந்தவர்.

186. அபீரா - பிராமணனுக்கும் அம்பட்ட கன்னிகைக்கும் பிறந்தவர்.

187. கசா - தண்டக போலனுக்கும் பிராமணப் பெண் ணுக்கும் பிறந்தவர்.

188. சைரந்தியர்	-	தசியுவெனபவனுக்கும் அயோகவப் பெண்ணுக்கும் பிறந்தவன்.
189. பார்க்கவர்	-	வைதேகவனுக்கும் அயோகவப் பெண்ணுக்கும் பிறந்தவர்.
190. காருவாரர்	-	கரண்டனுக்கும் விதேகசாதிப் பெண்ணுக்கும் பிறந்தவர்.
191. பாண்டு சோபகர்	-	சண்டாளனுக்கும் வைதேகப் பெண்ணுக்கும் பிறந்தவர்.
192. அந்தியாவசாயி	-	நிஷாதப் பெண்ணுக்கும் சண்டாளப் ஆணுக்கும் பிறந்தவர் (சுடுகாடு காப்போன்).
193. சவந்த்	-	பிராமணனுக்கும் சத்திரியப் பெண்ணுக்கும் பிறந்தவன்.
195. நாயர்	-	மலையாளச் சாதியர் ஆரியருக்கும் யஷ காந்தருவப் பெண்ணுக்கும் பிறந்தவர் என்பர்.
196. மீன் வலையன்	-	செம்படவனுக்கும் வைசியப் பெண்ணுக்கும் பிறந்தவர்.
197. மாகதருஷி	-	விபுதையென்பவனுடன் கூடி அசுரப் பண் சுயமுகாசுரனைப் பெற்றார்.
198. மாதங்கன்	-	சத்திரியப் பெண்ணுக்கும் வேடுவனுக்கும் பிறந்த பிள்ளை.
199. அவுரி பள்ளி	-	வன்னியப் பெண்ணுக்கும் இருளனுக்கும் பிறந்த பிள்ளை.
200. ஆஸ்திகா	-	பிராமணத் தந்தைக்கும் நாகர் குலத்தாய்க்கும் பிறந்தவன்.
201. காயஸ்தா	-	பல சாதி இனக்கலப்பின் மூலம் தோன்றிய எழுத்தர்.
202. லோகநாதர்	-	வங்காளத்தின் இடைக்கால மன்னர். பிராமணத் தந்தைக்கும் பூர்வகுடிக் குலத் தலைவிக்கும் மகனாகப் பிறந்தவர்.
203. கரணர்	-	வைசிய ஆடவரும் சூத்திர மகளிரும் கலந்து தோன்றியவர் (பிருஷத்தர்ம புராணம்).

204. ஆகிண்டிகர் - நிஷாதனுக்கும் வைதேகப் பெண்ணுக்கும் பிறந்தவர்.

205. சட்டைக்காரன் - ஐரோப்பியருக்கும் இந்தியருக்கும் பிறந்த கலப்புக் குழந்தைகள்.

206. குறும்பர் - இவர்கள் காபு என்பவனுடைய முறையற்ற மனைவிக்குப் பிறந்தவர்கள்.

208. பிரம்ம சத்திரியர்கள் - பிராமண ஆடவருக்கும் வைசியப் பெண் ணுக்கும் பிறந்தவர்கள்.

209. ஆந்திரர், புந்திரர், புளிந்தர், முதிபர், தஸ்யுக்கள் அனைவரும் விசுவாமித்திரரின் புதல்வர் ஐம்பதின்மர் குலத்தினர் என்ற கதை வாழ்க்கை ஐதரேய பிராமணம் குறிப்பிடுகிறது. இந்தக் கதை தக்காணத்தில் வாழ்ந்த சில திராவிட பின்னருக்கும் ஆரியர் கலப்பு மணம் செய்த நிகழ்ச்சியைக் குறிப்பிடுகிறது.

210. கோளிகர், ஹாளிகர், கிரேக்கர்கள் இந்தியப் பெண்களை மணந்து இந்தியச் சமுதாய அமைப்பில் நன்கு ஒன்றிவிட்டனர். அரசர்களாக இருந்தமையால் சாகர்கள், இந்துக்களின் இன வேறுபாடுகளையொட்டி சத்திரியர்களாக கருதப்பட்டு வந்தனர். இக்காலத்தில் தொழிலை அடிப்படையாகக் கொண்டு சில இனவகுப்புகள் குறிப்பாக 'கோளிகர்' என்ற ஆயர் வகுப்பும், 'ஹாளிகர்' என்ற உழவர் வகுப்பும் தோன்றின. இவைகளுக்குள் கலப்பு மணமும் நிக்ழ்ந்தன.

211. வியாசரும், கருதாசி என்ற வேத மங்கையும் இணைந்து ஒரு மகனைப் பெற்றதாகப் புராணம் கூறுகிறது. மேலும், வசிட்டர், நாரதர், சத்திய காமசாபாலர், கிருபர், துரோணர் போன்றவர் களும் கலப்புச் சேர்க்கையில் பிறந்தவர்கள் என்று புராணங்கள் குறிப்பிடுகின்றன. ஒவ்வொரு குல ஆடவர்க்கும் மகளிர்க்கும் தத்தம் முறையில் தவறிக்கூடிப் பிறந்த பிள்ளைகள் பல சாதி களாக தோன்றின. கலப்பு மணம் செய்தவர்களின் பிள்ளை களைப் பற்றி அறிய சுப்பிர பேதாகம், பிரம்ம புராணம், வைகாநசம், மாதவியம் சாதி விளக்கம் போன்ற நூல்கள் விரிவாகக் கூறுகின்றன.

பின்னுரை

தமிழ்ச் சமூக உருவாக்கத்தில் இனக்கலப்பு, சாதிக்கலப்பு, புதிய சாதிகளின் உருவாக்கம் தென்னிந்தியத் தமிழ்ச் சமூக வரலாற்றில் ஒரு படிமலர்ச்சிப் போக்கினைக் கொண்டது. தொடக்கக் காலங்களில் திணை, சமூகக்கலப்பு திருமணங்கள் இயல்பாக இடம்பெற்றுள்ள போதிலும், வரலாற்றுப் போக்கில் அவை சமூக வேறுபாடுகளுக்கான அளவைகளாக மாறின. எடுத்துக்காட்டாகச் சங்ககாலத்தில் வேறு பட்ட திணை சேர்ந்த மக்கள் திருமணங்களைச் செய்துள்ளனர். ஆனால், பின்னைய சோழர் காலச் சூழலில் இவை வேறு பரிணாமம் அடைந்துள்ளமையினை அறியமுடிகின்றது.

சங்ககாலத்திற்கு முன்பே பல்வேறு இனங்கள் தமிழகத்திற்குள் குடியேறத் தொடங்கின. குறிப்பாகத் தமிழக நிலப்பகுதியே பல்வேறு வந்தேறிகள் வருவதற்கு ஏதுவாக அமைந்தது. வாணிபத்திற்காக வந்த யவனர்கள் தமிழக மக்களோடு இரண்டறக் கலந்தனர். இதனால் பல புதிய இனங்கள் தோன்றின.

தமிழக நிலப்பகுதி அவற்றின் சூழலுக்கு ஏற்ப ஐந்து நிலமாகப் பிரிக்கப்பட்டிருந்தது. அக்கால மக்கள் இயற்கையோடு ஒன்றிணைந்த திணைக்குடிகளாக வாழ்ந்தனர். ஒரு திணைக்குடியில் வாழ்ந்த மக்கள் மற்றொரு திணைக்கு இடம்பெயரவோ, அல்லது திருமணம் செய்துகொள்ளவோ எவ்விதமான தடையுமில்லை என்பதைச் சங்க இலக்கியப் பாடல்கள் மூலம் அறியமுடிகிறது. சில சூழல்களில் தடையும் இருந்தது. 'மகட் கொடை மறுத்தல்' எனும் கருத்தாக்கம் இதனைத் தெளிவு படுத்துகிறது. திணைக்குடிகள் இயற்கைச் சூழலுக்கு ஏற்பத் தொழிலைச் செய்தனர். இதில் மற்ற நிலத்தைவிட மருத நிலமே செழிப்புடன் விளங்கியது. பிற்காலத்தில் தொழிலின் அடிப்படையிலே மருத நிலத்தில் சாதிகள் பல தோன்றின.

இருவேறு மன்னர்கள் போரிட்டபோது, தோற்ற மன்னர்களின் படை மக்களை எதிரி மன்னர்கள் அடிமையாக்கிக் கொண்டனர். இம்மக்களை சூத்திரச் சாதிகளாகவும், தீண்டத்தகாதவர்களாகவும் உருவாகியிருக்க கூடும். மேலும், மன்னர்கள் அண்டை நாடுகளுடன்

திருமண உறவை ஏற்படுத்திக்கொண்டனர். இவையனைத்தும் தன்னுடைய நாட்டின் எல்லையை விரிவுபடுத்துவதற்காகவே ஆகும். இதனால் சாதிகள் கலந்து புதிய சாதிகள் பல உருவாகின.

பிற்காலத்தில் நால்வருணக் கோட்பாடு மக்களை நான்கு பிரிவாகப் பிரித்ததோடு அல்லாமல் பல்வேறு கிளைச் சாதிகளையும் உருவாக்கியது. சவர்ணாக்கள், அவர்ணாக்கள், துவிஜாக்கள், துவிஜாக்கள் அல்லாதவர்கள், மூவர்ணாக்கள் எனக் கிளைகள் பல்கியுள்ளன. 'சவர்ணா' என்றால் பிரிவினரில் ஒன்று என்றும் 'அவர்ணா' என்றால் இந்த நான்கு பிரிவிலும் சேராதவர்கள் என்றும் பொருள் படும். பிராமணர், சத்திரியர், வைசியர் ஆகியோர் சவர்ணாக்கள் ஆவர். ஆதிசூத்திரர் அல்லது தீண்டத்தகாதோர் எனப் பிரிக்கப் பட்டவர்கள் அவர்ணாக்கள் ஆவார். இவ்வகையான பல பிரிவுகளுக்குள்ளேயே தூய்மை, தீட்டு என்ற நிலை நுழைந்து பல தீண்டத் தகாத சாதிகளை உருவாக்கியதில் மனுதர்மத்தின் பங்கு மிகப் பெரியது.

கி.பி.500ஆம் ஆண்டிற்குப் பிறகு சாதிய வேர்கள் ஆழமாகத் தமிழ் மண்ணில் வேரூன்றின. சாதிய வேர்கள் வலுத்ததோடு, சாதிச் சண்டைகளும் பெருகின. பொது இடங்களில் சிலரை ஒதுக்கி வைக்கும் வழக்கம் வலிமை பெற்று வளர்ந்தது. பிராமணர்கள் 'நிலத் தேவர்கள்' என்று அழைக்கப்பட்டனர். பெயரிடுதல், பூப்பெய்தல், கடவுள் வழிபாடு செய்தல், இறப்பு, திருமணம் புரிதல், புதுமனை புகுதல் போன்ற சடங்குகளில் வடமொழி புகுந்துவிட்டது.

ஒவ்வொரு மன்னரின் ஆட்சியின்போது, மன்னர்களை விடப் பிராமணர்களே அதிகாரம் மிக்கவர்களாக இருந்துள்ளனர். தன்னுடைய மேலாண்மையை நிலைநிறுத்திக் கொள்ள பல சட்டங்களை இயற்றுவதில் மனுதர்மம் முக்கிய பங்கு வகித்தது. இதில் ஒரு சாதி மற்றொரு சாதியோடு குருதி உறவு கலவாமல் இருக்க சட்டம் உருவாக்கப்பட்டது. இருந்தபோதிலும் அதையும் மீறிச் சில கலப்புச் சாதிகள் தோன்றின. இவ்வகையான சாதிப் பிரிவுகளை அனுலோம சாதி, பிரதிலோம சாதி என்றும் வகைப்படுத்திக் காட்டியது. சில சாதிகளை ஊரின் ஒதுக்குப்புறங்களில் அமர்த்தி தீண்டாமைக் கடைப் பிடித்ததன் மூலம் தமிழ்ச் சமூகத்தில் பல சாதிகள் தோன்றின.

கி.பி. 9ஆம் நூற்றாண்டுக்குப் பின் 13ஆம் நூற்றாண்டு வரை செல்வாக்கில் இருந்த பிற்காலச் சோழர்கள், தெலுங்கு இனமான சாளுக்கியரிடம் மண உறவு வைத்துக் கொண்டனர். நாயக்க மன்னர்

அரசியல் நெறி கருதி தமிழகப் பெண்ணையும் மணந்தனர். பிற்காலப் பாண்டியர்களின் கடைசிக் காலத்தில் இசுலாமியர், மதுரையில் தில்லி சுல்தானியர்களின் சார்பாளராக இருந்து ஆண்டபோது பல கட்டாயத் திருமணங்கள் தமிழ்நாட்டில் நிகழ்ந்தன.

சோழப் பேரரசுக் காலத்தில் சாதியமைப்பின் தாக்கம் உச்ச கட்டத்தை அடைந்தது. இக்காலகட்டத்தில் வலங்கை, இடங்கை சாதிப் பிரிவுகள் தோன்றி ஒவ்வொரு பிரிவிலும் 98 சாதிகள் உருவாகின. தமிழகத்தில் பல புதிய சாதிகள் அதிகமாகத் தோன்றியது சோழப் பேரரசு காலத்தில்தான், பிராமணர்களில் ஐயர், ஐயங்கார், சுமார்த்தர், வடமர் எனப் பிரிந்தனர்.

கம்மாளர் எனும் சாதியார் தட்டார், தச்சர், சிற்பியர், கன்னார், கருமார் எனப் பிரிந்தனர். இவ்வாறு ஒவ்வொரு சாதிக்குள்ளேயும் பல கிளைச் சாதிகள் தோன்றி, அவை புதிய சாதிகளாகவும் உருவாகின. இவ்வகையான கிளைச் சாதிகளுக்குள் திருமணம் செய்துகொள்ள தடையும் விதிக்கப்பட்டது.

புலப்பெயர்வாலும், அயலவர் படையெடுப்பாலும் புதிய சாதிகள் பல தோன்றின. மதமாற்றம் மூலம் புதிய சாதிகள் உருவாகின. உதாரணமாக, ஆங்கிலேயர்களின் வருகையாலும், சீர்திருத்தத்தாலும் கடற்கரையோரத்தில் இருந்த பரதவர்கள் பலர் மதமாற்றம் செய்யப்பட்டுக் கிறித்துவ மதத்திற்கு மாறினர்.

ஐரோப்பியர்களின் வரவாலும் பல புதிய சாதிகள் தோன்றின. பிரெஞ்சு வெள்ளையர்க்கும், புதுவைத் தமிழர்க்கும் இடையே ஏற்பட்ட கலப்பால் பிறந்தோர், 'மெத்தீசு' எனப்பட்டனர். வெளி நாட்டிலிருந்து வந்த ஆடவருடன் தமிழ்ப் பெண்கள் சேர்ந்து வாழ்ந்த தாலும் தமிழ்நாட்டில் கலப்பினங்கள் பல தோன்றின. அயல்நாட்டில் இருந்து தமிழ் நாட்டிற்குக் கொண்டுவரப்பட்ட பெண்களாலும் கலப்பினம் தோன்றிப் பரவியிருத்தல் வேண்டும்.

பண்டுதொட்டு அண்மைக் காலம் வரை தமிழகத்தில், தூய ஆரியர், பிராமணர், கிரேக்கர்கள், உரோமர், அரேபியர், வட இந்தியர், இசுலாமியர், தெலுங்கர், மலையாளி, கன்னடர், சிங்களர், ஐரோப்பியர் ஆகியோர் வருகையால் ஆங்காங்கே கலப்பு இனங்கள் பல தோன்றின. மக்கள் வாழ்ந்த இடத்தின் அடிப்படையிலும், செய்யும் தொழிலின் அடிப்படையிலும், உண்ணும் உணவாலும், செய்யும் கருவி, காசு, விலங்கு, அறிவு, முன்னோர்களின் பதவி, பட்டம்

பெயராலும், மொழியின் அடிப்படையிலும், மதம் இன்னும் பிற காரணங்களால் பல புதிய சாதிகளும், கிளைச் சாதிகளும் தமிழ்ச் சமூகத்தில் தோன்றி வளர்ந்துள்ளன. இவ்வகையான வளர்ச்சிப் போக்கை நுணுகி ஆராய்ந்து பார்த்தால் சாதியமைப்பானது பல வழிகளில் பரிமாண வளர்ச்சிப் போக்கில் வளர்ந்து வருவதையும் அவதானிக்கமுடிகிறது.

கலப்புச் சாதிகளின் பட்டியலைக் கூர்ந்து கவனிக்கும்போது ஒரு புறம் மனிதக் கலப்பும் மறுபுறம் இறைவனிடமும் கலப்பு நிகழ்ந் துள்ளது. இது மட்டும் அல்லாமல் கடவுளுக்கும் மனிதனுக்கும் கலப்புத் திருமணம் நடந்துள்ளது என்பதை அறியமுடிகிறது. அடுத்ததாக இந்து மத புராணங்களும் இதிகாசங்களும் கலப்பு நிகழ்ந்ததைக் குறிப்பிடுகிறது.

தமிழ்ச் சமுதாயத்தில் சாதி என்னும் அமைப்பு நுழைந்தபோது மனிதர்களிடையே சாதிக்கலப்பு தடை செய்யபட்டது. இருந்த போதிலும் இவற்றை எல்லாம் மீறி கலப்பு நிகழ்ந்தவாறு இருந்தது. குறிப்பாக மேல்வருணம் கீழ்வருணம் எனப் பிரித்து இரு வருணத் தாரிடையே கலப்பு நிகழாமல் மனு பல சட்டங்களை இயற்றியது. இவையெல்லாம் மீறி கலப்பானது நிகழ்ந்தது. மேலும் மன்னர் பிற சமூகத்தாரை உறவு வைத்துக் கொள்ளல் அல்லது கட்டாயத் திருமணம், வெளி இனத்தவருடன் கலப்பு, படையெடுப்பு மூலம் கலப்பு இன்னும் பல நிகழ்வுகளால் கலப்புகள் நிகழ்ந்துள்ளன. இதன் மூலம் தமிழ்ச் சமூகத்தில் உயர்நிலையில் உள்ள பிராமணர் முதல் அடித்தட்டு மக்கள்வரை எல்லோரும் பல கலப்பினால் உண் டானவர்கள் என்பதும் தெளிவாகிறது.

அந்தணர்களின் வருகை பற்றிச் சங்க இலக்கியப் பாடல்கள் பல கூறுகின்றன. இவர்களின் வருகையால் ஊரில் வாழும் பல்வேறு குடிமக்கள் கிராமங்களின் வெளிப்பகுதியில் அமர்த்தப்பட்டதோடு தீண்டாமையும் கடைப்பிடிக்கப்பட்டு இறுக்கமாக்கப்பட்டது. குடி மக்கள் வாழும் பகுதி 'சேரி' என்ற நிலை மாறித் தீண்டத்தகாதவர்கள் வாழும் பகுதி சேரி என்று பிரித்து மக்கள் ஊரின் ஒதுக்குப்புறங்களில் அமர்த்தப்பட்டனர். மன்னர்கள் பலர் மதத்தின் மீது அதிக நம்பிக்கை வைத்திருந்ததால் கோயில்களைக் கட்டி அவற்றை நிர்வகிப்பதற்கு வெளிப்பகுதியிலிருந்து பிராமணர்களை வரவழைத்துப் அவர்களுக்குப் பல சலுகைகள் கொடுக்கப்பட்டன. பொதுமக்கள் வாழும் பகுதிகள் அனைத்தும் பிராமணர்களின் இருப்பிடமாக மாற்றம் பெற்றதோடு,

கோயிலைச் சுற்றிப் பிராமணர் குடியிருப்பும் அதற்கடுத்த தனித்தனி வீதிகளில் கைவினைச் சாதிகளின் இருப்பிடமும் அமைந்தன. இவர்கள் இருக்குமிடம் 'ஊர்' என்று அழைக்கப்பட்டது. அதற்கு அடுத்த நிலையில் விளிம்பு நிலையில் உள்ள மக்களான பள்ளர், பறையர் வீதிகள் 'சேரிகள்' எனப்பட்டன. இவ்வாறாக சாதியப் படிநிலையானது இருப்பிடத்திலும் நீண்டு இருப்பதை இன்றும் பார்க்க முடிகிறது.

தமிழகத்தின் இயற்கைச் சூழல் பல்வேறு வந்தேறிகள் வருவதற்கு வழிவகுத்தது. தமிழக நிலப்பரப்பில் பெருமளவு கடலைச் சார்ந்து இருந்ததால் அதில் வாணிபம் செய்யப் பலர் தமிழகத்தோடு தொடர்பு வைத்திருந்தனர். இவர்கள் கடலோர மக்களோடு கலந்ததால் புதிய சாதிகள் தோற்றம் பெற்றதோடு மட்டுமல்லாமல் மொழிக்கலப்பு, சமூகப் பண்பாட்டிலும் தொடர்ந்து கலப்பு ஏற்பட்டன.

மனித இனம் தோற்றம் பெற்று வளர்ந்த நாள் முதலே, மனித இனக்கலப்பு ஏற்பட்டிருக்கக்கூடும். உலகில் வாழும் இனங்கள் ஒரு இனத்தோடு கலக்கும்போது புதிய இனம் தோன்றுவது இயல்பே. இவை மரபணு மாற்றத்தாலும் இயற்கைச் சூழலாலும் நடைபெறு கின்றன.

தமிழ்ச் சமூகத்திலிருந்த சீறூர் மன்னன், குறுநில மன்னன், முதுகுடி மன்னன், மூவேந்தர் உட்பட அனைவரும் வேறு இனத்தோடு திருமண உறவை ஏற்படுத்திக்கொண்டனர். இவர்கள் மற்ற இனப் பெண்களை மணந்து கொண்டதன் மூலம் நாட்டின் எல்லையை விரிவுபடுத்தவும், சொத்து, ஆட்சி அதிகாரத்தை வலுப்படுத்தும் நோக்கத்தோடும் கலப்பு மணம் செய்துகொண்டனர்.

ஒவ்வொரு மன்னனின் காலத்திலும் பிராமணர்கள் அதிகாரத்தில் உச்சநிலையில் இருந்தனர் என்பது குறிப்பிடத்தக்கது. இவர்கள் சாதியச் சட்டங்களை இயற்றுவதில் வல்லவர்களாய் இருந்தனர். ஒரு சாதி மற்றொரு சாதியில் சேராமல் இருக்கப் பல நிபந்தனைகளை விதித்தனர். இருந்த போதிலும் அதையும் மீறிப் பல சாதி மறுப்பு, கலப்புத் திருமணங்கள் நடைபெற்றன என்பதும் குறிப்பிடத்தக்கது. இவ்வாறாக காலந்தோறும் பல சாதிகள் தோன்றிப் பெருகின.

இடைக் காலத்திலிருந்த சோழ, பாண்டியர்களின் ஆட்சிக் காலத் திலும், சாதியக் கொடுமைகள் உச்சக் கட்டத்தில் வலுப்பெற்றே இருந்தன. சோழர் ஆட்சியில் வலங்கை - இடங்கைச் சாதிகள் எனப்

பிரிக்கப்பட்டு, ஒவ்வொரு பிரிவிலும் 98 சாதிகள் இருந்ததாக வரலாற்று ஆவணங்கள் மெய்ப்பிக்கின்றன. வலங்கைப் பிரிவினரான உயர்வர்க்கத்தைச் சேர்ந்தவர்களுக்கும், இடங்கைப் பிரிவினரான தொழிலாளர் வர்க்கத்தினருக்கும் இடையே சண்டைகள் நடை பெற்றுள்ளன. இவ்வகையான போராட்டத்தை வர்க்கப் போரட்டம் என்று கூறுவதே சரியாகும்.

அடுத்ததாக மனுதர்மம் மக்களைப் பிரிக்கும் பணியில் இறங்கியது. இதில் உயர்குல ஆணுக்கும், தாழ்ந்தகுலப் பெண்ணுக்கும் பிறக்கும் குழந்தை 'அனுலோம' (ஏறுநிலை சாதி) என்றும், உயர் குலப் பெண்ணுக்கும், தாழ்ந்த குல ஆணுக்கும் பிறக்கும் குழந்தை 'பிரதிலோம' (இறங்கு நிலை சாதி) என்றும் மனுதர்மம் பிரித்தது. இவற்றிலிருந்து நாளடைவில் பல புதிய சாதிகள் தோன்றின.

பாண்டியர்களின் ஆட்சியிலும் பிராமணர்கள் உயர்ந்த நிலையில் இருந்தனர். இவர்களின் காலத்தில் பிராமணர்கள் பல பிரிவுகளாகப் பிரிக்கப்பட்டு உயர்வு - தாழ்வு கற்பிக்கப்பட்டது. சாதியப் படிநிலை அமைப்பு பிராமணர்களுக்குள்ளே இருந்ததையும் அறியமுடிகிறது. சோழப் பேரரசுக் காலத்தில் இருந்த, வலங்கை - இடங்கைச் சாதிப் பிரிவுகள் பாண்டியர்களின் காலத்திலும் தொடர்ந்து நீடித்து வந்தது என்பதைக் கல்வெட்டுகள் குறிப்பிடுகின்றன.

பெரும்பாலும் வலங்கை - இடங்கைச் சாதிப் பெயர்ப் பட்டியலில் அன்று இருந்த பெயர்களை இன்று காணமுடியவில்லை. சில சாதிகள் புதிதாகத் தோற்றம் பெறுவதுபோல, சில சாதிகள் காலப்போக்கில் மறைந்தும் வருகின்றன என்பதும் குறிப்பிடத்தக்கது.

விசயநகரப் பேரரசு தமிழகத்திற்குள் நுழைந்து ஆட்சி செய்த போது அப்பேரரசின் மன்னரான ஹரிஹரன், புக்கர் போன்றவர்கள் தமக்குச் சேவை செய்ய ஆந்திராவிலிருந்து சேவைச் சாதிகளைத் தமிழ்நாட்டிற்கு வரவழைத்தனர். இவர்கள் காலப்போக்கில் தமிழர்களோடு இரண்டறக் கலந்து புதிய சாதிகள் உருவாவதற்குக் காரணமாயினர்.

அடுத்ததாக முஸ்லீம்களின் படையெடுப்பால் தமிழகத்தில் உள்ள கோயில்கள் இடிக்கப்பட்டுக் கடவுள்களின் சிலைகளும், விலை உயர்ந்த பொருட்களும் கொள்ளையடிக்கப்பட்டன. வேறு சிலர் வியாபார நோக்கத்தோடு தமிழகத்திற்கு வந்தபோது தமிழகப் பெண்களோடு உறவு வைத்திருந்ததனால் பல புதிய சாதிகள் தோன்றின.

இவ்வாறு பல்வேறு ஆட்சி முறையாலும், படையெடுப்புகளாலும் தொடர்ந்து மக்களின் வருகை தமிழகத்தில் நடந்தபோதெல்லாம் 'புதிய பண்பாட்டுத் தளம்' மெல்லமெல்ல உருவாகிப் பரவியது.

தமிழகத்தில் நாயக்கர்கள் ஆட்சியின்போதும் புதிய சாதிகள் தோற்றம் பெற்றதோடு அவை பற்றிய இலக்கியங்களும் உரு வெடுக்கத் தொடங்கின. பள்ளர் சமூகத்தைப் பற்றி உயர்வாகக் கூறும் இலக்கியமாகப் பள்ளு இலக்கியம் எழுதப்பட்டது. மழையைப் பெய்விக்கும் கடவுளான தேவேந்திரரின் வழி வந்தவர்கள் என்றும், அவரின் கட்டளைக்கு இணங்க உலகில் தோன்றிய அனைத்து உயிர் வாழ்வினங்களுக்குத் தேவையான உணவுப் பொருட்களை உற்பத்தி செய்யும் தங்களுடைய விவசாயத் தொழிலே முதன்மைத் தொழிலாக உள்ளது என்றும் இலக்கியப் பதிவுகள் அமைகின்றன.

இவை ஒருபுறம் நிகழ, மற்றொரு புறம் ஒவ்வொரு சாதியும் தங்களுடைய சாதியை மீண்டும் சமுதாயத்தில் முதன்மை இடம் பெறுவதற்கு இலக்கியத்தோடு சாதித் தொன்மங்களைக் கட்டமைத் துள்ளனர். இவ்வாறாகப் பல சாதிகளின் தோற்றத் தொன்மம் இலக்கிய வடிவிலும் உருவாக்கப் பெற்றது. இந்நடைமுறை நாயக்கர்களின் காலத்தில் அதிகமாக வளர்ந்து காணப்பட்டது.

சாதிப் பிரிவுகள் பல இருந்தாலும் ஆங்கிலேயர் கால ஆட்சியில் தான் அவை முறைப்படி பிரிக்கப்பட்டன. அவர்கள் வட்டார அளவிலும், மொழியின் அடிப்படையிலும் சாதியைப் பிரித்துக் கையாளத் துவங்கினர். இவை யாவும் ஆங்கிலேயர்கள் தங்களுடைய ஆட்சியை நிலை நிறுத்திக்கொள்ளவே செய்தனர். மேலும், பத் தாண்டுக்கு ஒரு முறை மக்கள்தொகையைக் கணக்கெடுத்தனர். இதனால் ஒவ்வொரு சாதியும் தனித்த அடையாளத்துடன் காணப் பட்டனர்.

பின்னிணைப்பு - 1

சாதிக் கதைகளைக் கூறும் புராண நூல்கள்:

- இடையர் - அருணகிரி புராணம்
- கோ வைசியர் - அருணகிரி புராணம்
- இலை வாணியன் - அருணகிரி புராணம்
- ஓச்சன் (அ) உவச்சன் - அருணகிரி புராணம்
- கம்மியன் - அருணகிரி புராணம் (பெரிய புராணம்)
- குயவன் - அருணகிரி புராணம்
- கைக்கோளன் - அருணகிரி புராணம்
- செம்படவன் - அருணகிரி புராணம்
- பிராமணன் - கருட புராணம்
- வேளாளர் - விஷ்ணு புராணம்
- பரதவர் - ஆதி ஜதீக புராணம்
- வன்னியர் - அக்கினி புராணம்
- ஐத்திரேயப் பிராமணர் - ஹரி வம்சம், மகாபாரதம்
- சௌராஷ்டிரர் பிராமணர் - பிராமண உற்பத்தி (மார்த்தாண்டம்)
- மறவர் வரலாறு - கண்ணப்ப நாயனார் வரலாறு
- வலங்கை, இடங்கை வரலாறு - அருணகிரி புராணம்
- நாடார்கள் - சைவ புராணம் (அயோத்யா காண்டம் 83 சுருக்கம்)
- கள்ளர் - இந்திர வம்சம்

பின்னிணைப்பு - 2

கலைச்சொல் அகராதி

1. சஜாதா - ஒரு பொது சாதிப் பிறப்புள்ள இரத்த உறவுக் கூட்டம்.
2. அகம்மியாக மணம் - இழிகுலப் பெண்ணுடன் உறவுகொள்ளுதல்.
3. குலதனம் - பூர்வீகமான வம்சவழி.
4. அக்கிர வருணம் - உயர்ந்த சாதி.
5. அத்திரிசாதன் - முதல் மூன்று வருணத்தாருள் ஒருவன்.
6. குபூதன் - சாதி ஆசாரத்தால் நிந்திக்கப்பட்டவன்.
7. சங்கர சாதி - கலந்த சாதி, சங்கரம், சாதிக்கலப்பு.
8. சாங்கமிலார் - சாதி விலக்கப்பட்டவர்.
9. தேவகதி - நால் வகைச் சாதிகளுள் ஒன்று.
10. பாகிய சாதி - அருகே வரத்தகாத சாதி.
11. அக்கிர சாதி - அக்கிரசாதகன் (பிராமணன்).
12. சாதி மான் - சாதிக்கலப்பு இல்லாதவன்.
13. அதி வருணன் - அதிகமாக வருணாசிரமத்தைக் கடைப்பிடிப் பவன்.
14. ஏகசாதி - சூத்திரன், ஒரே சாதியன், ஒரே பிறப்புடை யவன்.
15. சசாதியர் - உத்தம சாதியார்.
16. சார்கரர் - கலப்புச் சாதி.
17. தசிபு - ஆரியரல்லாத சாதியினர்.
18. நக்கசாரணர் - நாக சாதி.
19. நாக வீதியார் - ஒரு தேவசாதி.
20. பதிதன் - வருணாசிரம தர்மம் தவறியவன் மற்றும் குலம், சமயம் இவை கூறும் நெறியிலிருந்து தவறியவன்.

21.	பலபட்டரை	- நான்கு வர்ணங்களின் கலப்பால் எழுந்த ஆயிரக்கணக்கான சாதிகள்
22.	மாகுலி	- உயர்குடியில் தோன்றியவன்
23.	நீசசாதி	- இழிந்த குலம்
24.	சாதியீனன்	- இழிக்குலத்தோன் மற்றும் வர்ணக் கலப்பால் பிறந்த மக்கள். இவர்கள் பிராமணருக்கும், சூத்திரப் பெண்ணுக்கும் பிறந்தோர் என்ற இழிநிலையை மறைக்கப் பிராமணருக்கும், சத்திரியருக்கும் நிகரானவர்கள் என்று தங்களை உயர்த்திக்காட்டப் பல பெயர்களாலும் அழைத்துக்கொண்டனர். இதனையே திரு மழிசையாழ்வார் 'குழம்பு சாதி' என்று அழைத்தார்.
25.	பஞ்சமர்	- குண்டகர், கோளகர், சவர்ணன், நஷத்திர சீவகர், அம்பட்டர், கும்பகாரர், பாரசவன், நிடாதர், போசர், நாவிதர், சூதர், கூவிரர், மாகிட்டியர், விசனமிரர், உக்கிரர், சூலிக்கியர், மணிக்காரர், புளிந்தர், ஷத்தர், மிலோச்சர், மாகதர், அத்தர், தௌட்டியநதர், கடக்காரர், மாலாசிதர், உற்பலர், சண்டாளர், பாகுதாயர், வைதேகர், பலதர், அயோகவர், சத்திரியர், ஆவந்தியர், மல்லர், சுதன்மர், மைத்திரர், பலகண்டர், இரசகர், புடபதர், தக்கர், சுவபவசர், குகபர், கரணர், சருமகாரர், பாரகர், வேணுகர், கனகர், அத்திகர்வர்த்தன சாலிகள், கருமகாரர், தண்டகபோலர், மார்க்கவர், சல்லர், வந்திகர், வாடதானர், கண்டகர், கற்பர், சவுண்டிகர், சாத்துவதர், தசியவர், பைரவர், ஆசிரியிகர், கரண்டர், சாமுத்திரர், மாலாகாரர், கைவர்த்தர், நீலகாரர், வருணாகரன், பிங்களர், நர்த்தர், மாதங்கர், நடர், திரமிளர்கர்மசீவியர், நீலா திவர்ண விக்கிரோதர், சுவபாகர், குக்கடர், வேணர், புலகசர், ஆவிரதர், ஆபிரர், தக்குவணர், கசர், சைரந்தியர், மைத்திரேயர், பார்க்கவர், காளுவாரர், பாண்டுசோபாகர், ஆகிண்டிகர், சோபாகர், அந்தியாசாயிகள்.

பின்னிணைப்பு - 3

சாதிப் பெயர் பட்டியல்

(அ) ஆதிதிராவிடர் பட்டியல்

1. ஆதி ஆந்திரர்
2. ஆதிதிராவிடர்
3. ஆதி கர்நாடகர்
4. அஜிலா
5. அருந்ததியர்
6. அய்யனவர்
7. பைரா
8. பகூடா
9. பண்டி
10. பெல்லாரா
11. பரதர்
12. சக்கிலியன்
13. சாலாவாடி
14. சாமார், முச்சி
15. சண்டாளர்
16. செருமான்
17. தேவேந்திர குலத்தான்
18. டோம், தொம்பாரா, பைதி, பானே
19. தோம்பன்
20. கொடகலி
21. கொட்டா
22. கோசாங்கி
23. ஹோலியா
24. ஜக்கலி
25. ஜம்புவுலு
26. கடையன்
27. காளன்
28. கல்லாடி
29. கணக்கண், பாடண்ணா
30. கரிம்பாலன்
31. கவரா
32. கோலியன்
33. கூசா
34. குத்தன், கூடன்
35. குடும்பன்
36. குறவன் சித்தனார்
37. மாதாரி
38. மாதிகா
39. மைலா
40. மாலா
41. மன்னன்
42. மாவிலான்
43. மோகர்
44. முண்டலா
45. நலகேயவா
46. நாயாதி
47. பாதண்ணன்
48. பகடை
49. பள்ளன்
50. பள்ளுவன்
51. பம்பாடா
52. பாணன்
53. பஞ்சமா
54. பன்னாடி
55. பன்னியாண்டி
56. பறையன், பரயன், சாம்பவார்
57. பரவன்
58. பதியன்
59. புலையன், சேரமார்
60. புதிரை வண்ணான்
61. ராணேயர்
62. சாமாகாரா
63. சாம்பான்

64. சபரி
65. செம்மான்
66. தாண்டன்
67. தோட்டி
68. திருவள்ளுவர்
69. வல்லோன்
70. வள்ளுவன்
71. வண்ணான்
72. வாத்திரியன்
73. வேலன்
74. வேடன்
75. வெட்டியான்
76. வேட்டுவன்

(ஆ) பழங்குடியினர் பட்டியல்

1. ஆதியன்
2. அரநாடான்
3. எரவள்ளன்
4. இருளர்
5. காடர்
6. கம்மாரா
7. காணிக்கரான், காணிக்கர்
8. கானியான், கனியன்
9. காட்டுநாயகன்
10. கொச்சுவேலன்
11. கொண்டகாப்பு
12. கொண்டா ரெட்டி
13. கொராகா
14. கோடா
15. குடியா, மேலக்குடி
16. குறிச்சன்
17. குறும்பர்
18. குறுமன்
19. மகாமலசர்
20. மலை அரையன்
21. மலைப்பண்டாரம்
22. மலை வேடன்
23. மலைக்குறவன்
24. மலசார்
25. மலயாளி
26. மலயக்கண்டி
27. மன்னன்
28. முடுகர், முடுவன்
29. முத்துவன்
30. பள்ளேயன்
31. பள்ளியன்
32. பள்ளியர்
33. பனியன்
34. சோலகா
35. தோடர்
36. ஊராளி

(இ) பிற்படுத்தப்பட்ட வகுப்பினர் பட்டியல்

1. அகமுடையார், தொழு அல்லது துளுவ வெள்ளாளர் உட்பட
2. அகரம் வெள்ளாஞ் செட்டியார்
3. ஆழ்வார், அழவர் மற்றும் அளவர்
4. சேர்வை
5. நுலயர்
6. அர்ச்சகரை வேளாளர்
7. ஆர்யவதி
8. ஆயிர வைசியர்
9. படகர்
10. பில்லவா
11. பொண்டில்
12. போயர்கள், பெத்த போயர்கள் ஒட்டர்கள், கல் ஒட்டர்கள், நெல்லூர்பேட்டை ஒட்டர்கள், சூரமாரி ஒட்டர்கள்
13. சக்காலா

14. சவலக்காரர்
15. செட்டு அல்லது செட்டி
16. சௌத்திரி
17. தொங்க தாசரிகள்
18. தேவாங்கர், சேடர்
19. தொம்மார்கள்
20. ஏனாதி
21. எழவதி
22. எழுத்தச்சர்
23. எழுவா
24. கங்கவார்
25. கவரா, கவரை மற்றும் வடுகர்
26. கௌண்டர்
27. கௌடா
28. ஹேக்டே
29. இடிகா
30. இல்லத்து பிள்ளைமார், இல்லுவர், எழுவர் மற்றும் இல்லத்தார்
31. ஜெட்டி
32. ஜோகி
33. கப்போரா
34. கைக்கோளர், செங்குந்தர்
35. காலாடி
36. களரி குருப்களரி பணிக்கர்
37. கலிங்கி
38. கள்ளர், ஈசநாட்டுக் கள்ளர், கந்தர்வ கோட்டை கள்ளர்கள் உட்பட பிரமலைக் கள்ளர்கள், பெரிய சூரியூர் கள்ளர்கள்.
39. கள்ளர் குலத் தொண்டைமான்
40. கால்வேலி கௌண்டர்
41. கம்பர்
42. கம்மாளர் அல்லது விஸ்வகர்மா
43. கணி, கணிசு, கனியர், பணிக்கா
44. கனியால வேளாளர்
45. கன்னட சைனீகர், கன்னடியார்
46. கன்னடிய நாயுடு
47. கற்பூர செட்டியார்
48. கருணீகர்
49. காசுக்கார செட்டியார்
50. கடேசர், பட்டம் கட்டி
51. கவுத்தியர்
52. கேரளமுதலி
53. கார்வி
54. கத்ரி
55. கொங்கு வைணவர்
56. கொங்கு வேள்ளாளர்கள்
57. கோப்பல வேலமா
58. கோட்டேயர்
59. கிருஷன்வாகா
60. குடிகார வேளாளர்
61. குடும்பி
62. குக வேளாளர்
63. குஞ்சிடிகர்
64. இலத்தீன் கத்தோலிக்கர்கள்
65. லம்பாடி
66. லிங்காயத்
67. மராட்டிய (பிராமணரல்லாதோர்)
68. மலயர்
69. மாலி
70. மானியகார்
71. மறவர்கள்
72. மூன்று மண்டை எண்பத்துநாலு (84) ஊர் சோழிய வேளாளர்
73. மூப்பன்
74. முத்துராசா, முத்துராச்சா, முத்திரியர், முத்தரையர்.
75. நாடார், சாணர் மற்றும் கிராமணி
76. நகரம்
77. நாயக்கர்
78. நான்குடி வேளாளர்
79. நாஞ்சில் முதலி
80. ஓடர்
81. ஓதியா
82. ஊற்று வளநாட்டு வேளாளர்
83. ஓ.பி.எஸ். வேளாளர்

84. உவச்சர்
85. பய்யூர் கோட்ட வேளாளர்
86. பாமுலு
87. பாணர் மற்றும் பாண்டிய வெள்ளாளர்
88. கதிகாரர்
89. பன்னிரண்டாம் செட்டியார் அல்லது உத்தமச் செட்டியார்
90. பார்க்கவகுலம்
91. பெருக்கி
92. பெரும் கொள்ளர்
93. பொடிகார வேளாளர்
94. பூலுவ கவுண்டர்
95. பொராயா
96. புலவர்
97. புள்ளுவர்
98. புசலா
99. ரெட்டி
100. சாதுச் செட்டி
101. சக்கரவார் அல்லது கவதி
102. சாலிவாகனா
103. சாலியர், பத்மசாலியர், பட்டு சாலியர், பட்டாரியர் மற்றும் அடவியர்.
104. சவலக்காரர்
105. சேனைத் தலைவர்
106. சர்ரகுல வெள்ளாளர்
107. சௌராட்டிரா (பட்டு நூல்காரர்)
108. சோழிய வெள்ளாளர்
109. ஸ்ரீசயர்
110. சுந்தரம் செட்டி
111. தொகட்டா வீரசத்திரியர்
112. தோல் கொல்லர்
113. தொளுவ நாய்க்கர் மற்றும் வெத்தலக்கார நாய்க்கர்
114. தோரியர்
115. உக்கிரகுல சத்திரிய நாய்க்கர்
116. உப்பாராஜு உப்பில்லியா மற்றும் சகாரா
117. ஊராளிக் கவுண்டர்
118. உரிக்கார நாய்க்கர்
119. வீரக்கொடி வெள்ளாளா
120. வல்வம்பர்
121. வல்லநாட்டு செட்டியார்
122. வால்மீகி
123. வாணியர், வாணியச் செட்டியார்
124. வேடுவர் மற்றும் வேடர்
125. வீர சைவர்
126. வேளர்
127. வெள்ளஞ் செட்டியார்
128. வெலுதொடத்து நாயர்
129. வொக்காலிகர்
130. வயநாடு செட்டி
131. யாதவர்
132. யவன
133. ஏருகுலா

(ஈ) பிற்படுத்தப்பட்ட வகுப்பினர் பட்டியல் (இஸ்லாமியர்)

1. அன்சாரி
2. தக்கானி முஸ்லீம்
3. துதிகுலா
4. லப்பைகள், இராவுத்தர் மற்றும் மரைக்காயர்
5. மாப்பிள்ளா
6. ஷேக்
7. சையத்

(உ) (மிகவும்) பிற்படுத்தப்பட்ட வகுப்பினர் பட்டியல்

1. அம்பலக்காரர்
2. ஆண்டிப் பண்டாரம்
3. அரயர்
4. பட்ராஜீ
5. பெஸ்தா, சீவியர்
6. போயர், ஒட்டர்
7. தாசரி
8. தொம்மரா
9. எரவள்ளர்
10. இசை வேளாளர்
11. ஜம்புவானோடை
12. ஜங்கம்
13. ஜோகி
14. கொங்குச் செட்டியார்
15. கொரச்சா
16. குலாலா
17. குன்னுவர் மன்னடி
18. குறும்பர் குரும்பக் கவுண்டர்
19. குறுஹினி செட்டி
20. இலத்தீன் கத்தோலிக்க கிருத்துவ வண்ணர்
21. மருத்துவர், நாவிதர், மங்கலா, வேலக்கட்டலவர், வேலக்கட்டல நாயர் மற்றும் புரோனோபகாரி
22. மோண்ட் கொல்லா
23. மவுண்டாடன் செட்டி
24. மகேந்திரா, மேதரா
25. முட்டலகம்பட்டி
26. நரிக்குறவர்
27. நோக்கர்
28. பாணிசைவன் / பாணிசிவன்
29. வன்னியகுலச் சத்திரியர் (வன்னியர், கவுண்டர், படை யாட்சி)
30. பரவர்
31. மீனவர்
32. முக்குவார் அல்லது முகயர்
33. புன்னன், வேட்டுவ கௌண்டர்
34. பண்ணையார்
35. ஸ்ரீசாத்தாத வைஷ்ணவர்
36. சோழிய செட்டி
37. தெலுங்குப் பட்டி செட்டி
38. தொட்டிய நாயக்கர்
39. தொண்டைமான்
40. தொரையார்
41. வலையர்
42. வண்ணர்
43. வேட்டைக்கரார்
44. வேட்டுவ கௌண்டர்
45. யோகீஸ்வரர்

(ஊ) சீர்மரபினர் பட்டியல்

1. ஆத்தூர் கீழ்நாடு குறவர்கள்
2. ஆத்தூர் மேல்நாடு குறவர்கள்
3. ஆப்பநாடு கொண்டயம் கோட்டை மறவர்
4. அம்பலக்காரர்
5. அம்பலகாரர்
6. போயர்கள்
7. பட்டுதுர்காஸ்
8. சி.கே.குறவர்கள்
9. சக்கலா
10. சங்கயம்புடி குறவர்கள்
11. செட்டிநாடு வலையர்கள்
12. தொம்பர்கள்
13. தொப்ப குறவர்

14. தொம்மர்கள்
15. தொங்க போயர்கள்
16. தொங்க ஊர் கொறச்சார்கள்
17. தேவகுடி தலையாரிகள்
18. தொப்பை கொறச்சாக்கள்
19. தாபி குறவர்கள்
20. தொங்கதாசரிகள்
21. கொரில்லா தொட்டபோயர்
22. குடு தாசரிகள்
23. கந்தர்வகோட்டை குறவர்கள்
24. கந்தர்வகோட்டை கள்ளர்கள்
25. இஞ்சிக் குறவர்கள்
26. ஜோகிகள்
27. ஜம்பவனோடை
28. காலடிகள்
29. கல் ஒட்டர்கள்
30. குறவர்கள்
31. களிஞ்சி தாபி குறவர்கள்
32. கூத்தப்பால் கள்ளர்கள்
33. ஒட்டர்
34. கல குறவர்கள்
35. கலவதிலா போயர்கள்
36. கேப்மாரிகள்
37. மறவர்கள்
38. மொந்த குறவர்கள்
39. மொந்த கொல்லா
40. முடலகம்பட்டி
41. நோக்கர்கள்
42. நெல்லூர்பேட்டை ஒட்டர்கள்
43. பெத்த போயர்கள்
44. பொன்னை குறவர்கள்
45. பிரமலைக் கள்ளர்கள்
46. பெரிய சூரியூர் கள்ளர்கள்
47. படையாச்சி
48. புன்னன் வேட்டுவ கவுண்டர்
49. சேர்வை
50. சேலம் மேல்நாடு குறவர்கள்
51. சேலம் உப்பு குறவர்கள்
52. சர்க்கரைத்தாமடை குறவர்கள்
53. சாரங்கபள்ளி குறவர்கள்
54. சூரமாரி ஒட்டர்கள்
55. செம்பநாடு மறவர்கள்
56. தல்லி குறவர்கள்
57. தெலுங்கபட்டி செட்டிகள்
58. தொட்டிய நாயக்கர்கள்
59. தோகமலைக் குறவர்கள் அல்லது கேப்மாரிகள்
60. உப்புக்குறவர் அல்லது செட்டிபள்ளி குறவர்கள்
61. ஊராளிக் கவுண்டர்கள்
62. வயல்நாடு அல்லது நவல்பேட் கொராச்சர்கள்
63. வடுவார்ப்பட்டி குறவர்கள்
64. வலையர்கள்
65. வேட்டைக்காரர்
66. வேட்டா குறவர்கள்
67. வரகநேரி குறவர்கள்
68. வேட்டுவக் கவுண்டர்

துணைநூற் பட்டியல்

அறவாணன், க.ப. 2005. தமிழ் மக்கள் வரலாறு தொல் தமிழர் காலம். சென்னை: தமிழ்க் கோட்டம்.

அன்னிதாமசு. 2002. தமிழக மகளிரியல். சென்னை: உலகத் தமிழாராய்ச்சி நிறுவனம்.

இரத்தினப் புகழேந்தி, 2001. வன்னியச் சாதிப்பிள்ளை. சென்னை: அண்ணல் வெளியீடு.

இரவி, கெ. 2007. சங்கத் தொன்மம். சென்னை: நிலா சூரியன்; பதிப்பகம்.

இராசேந்திரன், ம. 2001. மெக்கன்சி சுவடிகளில் தமிழகப் பழங்குடி மக்கள். சென்னை: கணையாழி பதிப்பகம்.

இராசேந்திரன் (பதி.). 2000. தமிழ்நாட்டு வரலாறு பாண்டியப் பெருவேந்தர் காலம். சென்னை: தமிழ் வளர்ச்சித் துறை.

இராமசுவாமி, மு. 2008. தமிழ்ச் சமூகத்தில் கூத்து நாடகம். மதுரை: செம்பி படைப்பகம்.

சங்கரன், கி.ரா. 2010. இடைக்காலத்தில் தமிழகத்து அரசர் குடும்பங்களின் இரத்த உறவு. சமூக விஞ்ஞானம், மலர் 7, இதழ் 26. பக்: 25 27.

-----. 2010. தென்னிந்திய வரலாறு இரண்டாம் பாகம். உங்கள் நூலகம். இதழ் 9. பக். 41-43. சென்னை: நியூ செஞ்சுரி புக் ஹவுஸ்.

சண்முகலிங்கன், என்., பக்தவத்சல பாரதி. 2004. இலங்கை இந்திய மானிடவியல்: சமயம் சமூகம் பற்றிய ஆய்வுகள். சிதம்பரம்: மெய்யப்பன் பதிப்பகம்.

சசிவல்லி, 2010. தமிழர் திருமணம். சென்னை: உலகத் தமிழாராய்ச்சி நிறுவனம்.

சந்திரா, சு. 2009. தொன்மவியல் கட்டுரை. சென்னை: அறிவுப் பதிப்பகம்.

சீனிவாசன், மயிலை. 2012. களப்பிரர் ஆட்சியில் தமிழகம். கோவை: விடியல் பதிப்பகம்.

செல்லம், வே.தி. (2009) 2011. தமிழக வரலாறும் பண்பாடும். சென்னை: புதிய வெளியீடு.

தங்கசுவாமி, ப.யோ. 2005. வலங்கை வரலாறு. சென்னை. அமிழ்தம் பதிப்பகம்.

தங்கவேலு, கோ. 2002. தமிழகச் சமூக பண்பாட்டு வரலாறு. சென்னை: அமிழ்தம் பதிப்பகம்.

தமிழ் ஆசிரியர் குழு. 2001. தமிழ்நாட்டு வரலாறு சோழப் பெருவேந்தர் காலம். சென்னை: தமிழ் வளர்ச்சித் துறை.

தமிழ்ச்செல்வன், த. 2014. அயலவர் வருகையும் இனக்கலப்பும். செம்மலர், இதழ் 4, பக். 44 - 45.

தர்ஸ்டன், எட்கர் (தமிழில் க.ரத்தினம்). 1986-2005 (1909). தென்னிந்தியக் குலங்களும் குடிகளும் (7 தொகுதிகள்). தஞ்சாவூர்: தமிழ்ப் பல்கலைக்கழகம்.

தேன்மொழி, மா. 2014. சங்ககாலத் தமிழ்ச் சமூகத்தில் திருமணம் கட்டமைக்கும் அகமண அசைவியக்கம். சென்னை: காவ்யா.

நீலகண்ட சாஸ்திரி, கே.எ. (தமிழில் வி. இராமன்). 1989. சோழர்கள். சென்னை: நியூ செஞ்சுரி புக் ஹவுஸ்.

பக்தவச்சல பாரதி. 2008. தமிழர் மானிடவியல். புத்தாநத்தம்: அடையாளம்.

பிள்ளை, கே.கே. (1958) 2006. தென் இந்திய வரலாறு. சென்னை: பழனியப்பா பிரதர்ஸ்.

மிஹயிஸ். நெஸ்தூர்ஹ், (தமிழில். சோமசுந்தரம்). 1991 (1981). மனித இனங்கள். மாஸ்கோ: முன்னேற்றப் பதிப்பகம்.

ராமசாமி, அ. 2012. நாயக்கர் காலம் வரலாறும் இலக்கியமும். சென்னை: உயிர்மை பதிப்பகம்.

வெண்ணிலா, ம. 2004. இலக்கியங்களில் கலப்புத் திருமணங்கள். சென்னை: ஐந்திணைப் பதிப்பகம்.

3